மயானத்தில் நிற்கும் மரம்

மயானத்தில் நிற்கும் மரம்

பெருமாள்முருகன் (பி. 1966)

படைப்புத் துறைகளில் இயங்கிவருபவர். அகராதியியல், பதிப்பியல், மூலபாடவியல் ஆகிய கல்விப்புலத் துறைகளிலும் ஈடுபாடுள்ளவர்.

2023ஆம் ஆண்டுக்கான 'பன்னாட்டுப் புக்கர் விருது' நெடும் பட்டியலில் 'பூக்குழி' நாவலின் ஆங்கில மொழிபெயர்ப்பு 'Pyre' இடம்பெற்றது. இவரது 'ஆளண்டாப் பட்சி' நாவலின் ஆங்கில மொழிபெயர்ப்பான 'Fire Bird' நூலுக்கு 2023ஆம் ஆண்டு ஜேசிபி இலக்கியப் பரிசு வழங்கப்பட்டது.

பெருமாள்முருகனின் பிற நூல்கள்
(காலச்சுவடு வெளியீடு)

நாவல்
- கழிமுகம்
- பூனாச்சி அல்லது ஒரு வெள்ளாட்டின் கதை
- மாதொரு பாகன்
- ஆலவாயன்
- அர்த்தநாரி
- பூக்குழி
- கங்கணம்
- ஆளண்டாப் பட்சி
- ஏறுவெயில்
- நிழல் முற்றம்
- கூளமாதாரி
- நெடுநேரம்

சிறுகதை
- வேல்!
- மாயம்
- பெருமாள்முருகன் சிறுகதைகள் (1988 - 2015)

கவிதைகள்
- கோழையின் பாடல்கள்

கட்டுரைகள்
- தோன்றாத் துணை
- துயரமும் துயர நிமித்தமும்
- பதிப்புகள் மறுபதிப்புகள்
- கெட்ட வார்த்தை பேசுவோம்
- நிழல்முற்றத்து நினைவுகள்
- நிலமும் நிழலும்
- கரித்தாள் தெரியவில்லையா தம்பீ...
  (பல்வேறு அனுபவங்களைப் பேசும் கட்டுரைகள்)
- வான்குருவியின் கூடு (தனிப்பாடல் அனுபவங்கள்)
- ஆர். ஷண்முகசுந்தரத்தின் படைப்பாளுமை

பதிப்புகள்
- சாதியும் நானும் (அனுபவக் கட்டுரைகள்)
- பறவைகளும் வேடந்தாங்கலும் – மா. கிருஷ்ணன்

தொகுத்தவை
- கூடுசாலை – சி.சு. செல்லப்பா (கிளாசிக் சிறுகதைகள்)
- தீட்டுத்துணி – சி.என். அண்ணாத்துரை (தேர்ந்தெடுத்த சிறுகதைகள்)
- கு.ப.ரா. சிறுகதைகள் (முழுத் தொகுப்பு)
- உ.வே.சா. பன்முக ஆளுமையின் பேருருவம் (கட்டுரைகள்)

பெருமாள்முருகன்

மயானத்தில் நிற்கும் மரம்

காலச்சுவடு பதிப்பகம்

● அன்பார்ந்த வாசகருக்கு,

வணக்கம்.

காலச்சுவடு நூலை வாங்கியமைக்கு நன்றி.

நூலின் உள்ளடக்கம், உருவாக்கம், அட்டைப்படம் இன்ன பிற அம்சங்கள் பற்றிய உங்கள் கருத்துகளையும் ஆலோசனைகளையும் காலச்சுவடு வரவேற்கிறது. தகவல், எழுத்து, வாக்கியப் பிழைகள் தென்பட்டால் கட்டாயம் தெரிவித்து உதவுங்கள். நூல் தயாரிப்பில் கடும் குறைபாடு இருப்பின் மாற்றுப் பிரதி உங்களுக்குக் கிடைக்கக் காலச்சுவடு ஏற்பாடு செய்யும்.

மின்னஞ்சல்: **publisher@kalachuvadu.com**

காலச்சுவடு நாகர்கோவில் அலுவலகத்திற்குக் கடிதம் அனுப்பலாம்.

தங்கள்
எஸ்.ஆர். சுந்தரம் (கண்ணன்)
பதிப்பாளர் – நிர்வாக இயக்குநர்

மயானத்தில் நிற்கும் மரம் ♦ கவிதைகள் ♦ ஆசிரியர்: பெருமாள்முருகன் ♦ © பெருமாள்முருகன் ♦ முதல்ப திப்பு: நவம்பர் 2016, மூன்றாம் பதிப்பு: ஜனவரி 2024 ♦ வெளியீடு: காலச்சுவடு பப்ளிகேஷன்ஸ் (பி) லிட்., 669, கே.பி. சாலை, நாகர்கோவில் 629001

mayaanattil niRkum maram ♦ Poems ♦ Author: PerumalMurugan ♦ ©PerumalMurugan ♦ Language: Tamil♦ First Edition: November 2016, Third Edition: January 2024♦Size: Demy 1 x 8 ♦ Paper: 18.6 kg maplitho♦ Pages: 264

Published by Kalachuvadu Publications Pvt. Ltd., 669, K.P. Road, Nagercoil 629 001, India ♦ Phone: 91-4652-278525 ♦ e-mail: publications @kalachuvadu.com ♦ Printed at Clicto Print, Jaleel Towers, 42KB Dasam Road, Teynampet Chennai 600018

ISBN: 978-93-5244-062-7

01/2024/S.No. 739, kcp 5044, 18.6 (3) 1k

உள்ளடக்கம்

முன்னுரை: கணக்குப் பார்க்கும் காலம் — 15
நிகழ் உறவு
பிம்பங்களோடு நான் — 21
தீர்மானம் — 23
கொசுக்கள் — 23
விஷ நிழல்கள் — 24
காவு — 26
என்றாலும் — 28
மீனம்பட்டியின் மிச்சம் — 29
உதைபடல் — 30
படர்ந்த சுவடுகள் — 32
நிகழ் உறவு 1 — 34
நிகழ் உறவு 2 — 35
நிகழ் உறவு 3 — 36
உயிர் கிளர்ந்த கணங்களில் — 37
ஒரு வாழ்க்கை — 38
இதுதான் — 40
வெளுப்புக்காரி — 41
புதையும் வாழ்க்கை — 43
நிலா நடக்கும் இரவொன்றில் — 44
வெளிப்பாடு — 47
சந்திப்பு — 49

கொறை ஒழவு	50
காலத்தின் சாட்சியங்கள்	53
படிவுகள்	55
உடைத்தெறிவோம்	56

கோமுகி நதிக்கரைக் கூழாங்கல்

மாறுதல்	59
சிறுபிசிறு	60
புகழ் மகுடம்	61
எழுதாத சொற்கள்	62
பதுங்கல்	63
என் கோபம்	64
மழைக்கால இலை	65
அழகின் முழுமை	66
ஆறுதல்	67
நிறைமுகச் சாந்தம்	68
இன்னமும் நீ	69
நாட்கள்	70
என் வீட்டுப் பூனை	71
நிறைநினைவு	72
மௌனம்	73
யோசனைகள்	74
விட்டுவிடு	75
கேள்விகள்	76
கால் சொப்பும் புழுக்கள்	77
வரலாம்	78
வரும் போகும்	79
சருகு மூடிய மனம்	80
புதிர்வழிப் பாதை	81
கடவுளின் பீடம்	82
கொடிமாடச் செங்குன்று	84

எதிரி	85
கோமுகி நதிக்கரைக் கூழாங்கல்	86
பழக்கமற்ற தெரு	87
உயிர்ப்பாறை	88
எஞ்சும் கண்ணிகள்	89
இரங்கற்பா	90
மின்சாரமற்ற இரவு	91
சாலையறியாக் காலம்	92
ஏன்	93
அழையா வருகை	94
புனரமைப்பு	95
அசைவு விதிகளைத் தெளிவாக்குக	96
வருகை	97
மழைக்காலத் தவளைகள்	98
கூடு பாய்தல்	99
மயானச் சாலை	100
மனு	101
எதிரெதிர்	102
தார்ச்சமாதி	103

நீர் மிதக்கும் கண்கள்

எனது வீடு	107
இந்தச் சாலை	108
கருணை	109
என் நாட்கள்	110
வெகுசில வார்த்தைகள்	111
நீர் மிதக்கும் கண்கள்	112
சாலை மரம்	113
அழைப்பு	114
ஒளிமூலம்	115
முலைகள்	117

ஆகாவழி	118
அப்போதிருந்து	119
ஒற்றைப் பனை	120
இறுக மூடிய விரல்கள்	121
இடப்பெயர்ச்சி	122
சிருஷ்டி	124
விரல்கள்	126
செந்நிறக் கண்கள்	127
குழந்தைகளைத் தண்டித்தல்	128
பரிசாடை	130
அப்பாவின் வேலி	131
வழிப்பறி	133
நாக்குகள்	134
மயானத்தில் நிற்கும் மரம்	135
கண்டடைதல்	137
என் தவறுகள்	138
இன்னுமொரு நிலவுப்பாடல்	139
கடைசி ராமசாமி	140
பெருஞ்சுமை	141
ரகசியம் அறிந்தவன்	142
நாற்காலி	143
வேம்பின் பாடல்	144
உடைபடும் கணம்	145
பெருமூச்சு	146
விதைப் பானை	147
கல் மலிந்த ஊர்	148
சுடுகல்	149
விடுபடல்	150
கைகள்	151
மழைச் சொற்கள்	152

நான்	153
நேர்ச்சி	154
மரணக்குழி	155
அம்மாவின் ரேகை	156
உன்னறை	157
கண்ணாமூச்சி	158
வீட்டைத் தொலைத்தல்	159
மழை	160
மழைக்காலத்து நிலா	161
ஒரு மின்னல்	162
சாமந்தியும் செவ்வந்தியும்	163
நிஜம்	164

வெள்ளிசனிபுதன் ஞாயிறுவியாழன்செவ்வாய்

பறத்தலின் ஆயுள்	167
வண்ண நட்சத்திரங்கள்	168
மரங்கொத்திகள்	169
பிரபஞ்ச விரல்கள்	170
உதவி	171
ஆகாயகங்கை எனும் கொல்லியருவி	172
பல்லக்கு	173
கேட்பவன்	174
ஆதி	175
பெருவேலை	176
சாலைகள்	177
கடவுளின் சவம்	178
அந்தச் சொல்	179
அரளி உதிர்த்த பூக்கள்	180
காட்டுச் செடி	181
நடனம்	182
இன்று பகல்	183

பிடி இறுகிக்கொண்டேயிருக்கிறது	184
யாராலும்	185
ஒருபோதும் மழை	186
சிறுஅறை	188
ஈர இரவுகள்	189
திகம்பரக் குளியல்	190
நீலப்படக் காட்சிகள்	191
2009 ஜனவரி 1	192
கழிப்பறைகள் வாழ்க	193
புகழ் சேர்க்கும் ஊர்	194
தற்கொலை முனை	195
எது வசதி?	196
அடுக்குமாடி அங்காடி	197
விசித்திர வடிவம்	198
அம்மாவுக்கு ஒன்றும் தெரியவில்லை	199
கீழும் மேலும்	200
மாடியறை ஜன்னல்	201
பாதுகாவல்	202
பண்ணை வீடு	203
வழி	204
காளி	204
ஏரி	205
மலங்காட்டுப் பனி	208
தொங்கும் மூட்டைகள்	209
உன் சொல்	210
சித்தாள் சேலை	211
இரவு வானம்	212
அழைப்புப் பாடல்	213
பனைகள்	214
எஜமானர்	215

மொழி	216
மகிழ்ச்சி	217
இருந்தபடி	218
குட்டிப்பையன்	219
விடைபெறல்	220
தனக்குரியது	221
பாதாள ரகசிய அறை	222
கிழமைகள் குழம்பும் வாரம்	223
பழங்குதிர்	224
சந்நியாசி கரடு	225
பாம்புச்சட்டை	226
காலில் விழும் கணம்	227
இப்போது	228
நாகரிகம்	228
நிலம் தரும் மணம்	229
பெருங்காற்றே	229
தீ	230
ஊழி வெள்ளம்	231
மிதக்கும் வெளி	232

பின்னிணைப்புகள்

முன்னுரைகள்

அ. 'மயிர் கலையாமல் மூக்கு சிதையாமல் விரல் உதிராமல்...'	235
ஆ. பெயரை உதிர்த்தல்	243
இ. பெருமாள்முருகன் கவிதைகள்: ஒரு பார்வை	245
ஈ. அடுக்குமாடி அங்காடியில் விற்பனையாகும் கிராமமும் வாழ்வும்	253
உ. கணத்தில் நேரும் நிகழ்வு	258
தலைப்பகராதி	261

முன்னுரை

கணக்குப் பார்க்கும் காலம்

'கோழையின் பாடல்கள்' (ஆகஸ்டு *2016)* கவிதை நூலுக்கு முன் எனது கவிதைத் தொகுப்புகள் நான்கு வெளியாகியுள்ளன. 'நிகழ் உறவு' *(1992,* திருஞி வெளியீடு, சென்னை), 'கோமுகி நதிக்கரைக் கூழாங்கல்' *(2000,* வேறுவேறு வெளியீடு, ஆத்தூர்) ஆகிய நூல்கள் 'இளமுருகு' என்னும் புனைபெயரில் வெளியாயின. 'நீர் மிதக்கும் கண்கள்' *(2005),* 'வெள்ளிசனிபுதன் ஞாயிறுவியாழன்செவ்வாய்' *(2012)* ஆகியவை 'பெருமாள்முருகன்' என்னும் பெயரிலேயே காலச்சுவடு பதிப்பக வெளியீடாக வந்தன. இந்நான்கு தொகுப்புகளின் கவிதைகள் அடங்கிய ஒட்டுமொத்த நூல் இது.

என் வாழ்வில் இது கணக்குப் பார்க்கும் காலம். செயல்பாடுகள் எவை, வரவு எவ்வளவு, செலவு எவ்வளவு எனக் கணக்குப் பார்க்கும் காலம். இலக்கியத்தில் வரவு எவ்வளவு முக்கியமோ அதைவிடச் செலவு முக்கியம். உலகியலில் வரவுக்குச் சரியான கணக்கும் செலவுக்கு ஒருபோதும் முழுமையாகாத கணக்கும் இருப்பது இயல்பு. எதற்குச் செலவு செய்தோம் என்று மண்டையை உடைத்து யோசிப்போர் அநேகம். படைப்பாளனைப் பொருத்தவரைக்கும் வரவுக்குச் சரியான கணக்கைப் பதியவே இயலாது. உள்ளுக்குள் என்ன வருகிறது, எங்கிருந்து வருகிறது, அது எங்கே போய் மறைகிறது, எப்போது எழுந்து நினைவில் தோன்றும் என்றெல்லாம் தெளிவுபடுத்துவது பெருங்கடினம். குதூகலத்தைக் கொடுத்துப் பின் ஏமாற்றும் மாய

வரவுகளுக்கும் பஞ்சமிருக்காது. செலவாகும்போதுதான் சில வரவுகள் தம் முகத்தையே காட்டும். செலவு சந்தோசம் தருவதும் இங்கேதான். ஆனால் செலவுக்குப் பெரும்பாலும் தெளிவாகக் கணக்குக் காட்ட முடியும். எழுதும் ஒவ்வோர் எழுத்தும் செலவுதான். ஆக்கப்பூர்வமான செலவா வெட்டிச் செலவா எனக் காலக்கணக்குப் பார்க்கும்போது ஒருவகையில் கண்டறியலாம். இன்னொன்று இந்தச் செலவை வரவாகப் பெற்றவர்கள் வாய்வழியும் அறியலாம்.

முந்தைய நான்கு கவிதைத் தொகுப்புகளையும் ஒரே நூலாக்கி மறுபதிப்பாக வெளியிடலாம் என யோசித்தபோது இத்தகைய கணக்குப் பிரச்சினை நினைவுக்கு வந்தது. கவிதைக்கும் கணக்குக்கும் இப்படியும் ஓர் தொடர்பு. காலக்கணக்கு அளவுகோலைப் பயன்படுத்திக் கவிதைகளைத் தேர்ந்தெடுத்து நூலாக்கலாமா என்றும் யோசித்தேன். என்னால் அதைச் சமன்செய்து சீர்தூக்கும் கோலாகப் பயன்படுத்த முடியுமா எனத் தெரியவில்லை. சிலவற்றை நீக்கலாம் என யோசிக்கும்போது அவற்றைச் சிலாகித்துப் பேசிய முகம் ஒன்று மங்கலாக வந்து முன்னிற்பதைத் தவிர்க்க முடியவில்லை. மேலும் என் செலவுக் கணக்கின் ஏற்றதாழ்வுகளை எல்லாம் காட்டும் வரைபடமாகவும் இருக்கட்டும் என முடிவுசெய்து முழுமையாகவே கொடுத்திருக்கிறேன்.

இவ்வேலையைச் செய்யும் நேரத்தில் நான்கு தொகுப்பும் உருவான காலகட்டத்து நினைவுகள் பெருகின. ஒவ்வொரு நூலுக்குப் பின்னும் ஒவ்வொரு கதை அமைந்திருக்கிறது. முதல் தொகுப்பைத் தம் அழகான கையெழுத்தால் எழுதி அப்படியே அச்சிட்டுத் தந்தவர் தோழர் சங்கர் என்கிற திருஞானம். அந்தப் பின்னணியும் நூல் உருவான வரலாறும் இப்போது கதையாகவே என்னுள் விரிகின்றன. இப்படி ஒவ்வொன்றும் சுவையான கதைதான். பின்னர் எப்போதாவது அக்கதைகளை எழுதும் சாவகாசம் அமையும் என நினைக்கிறேன். இப்போதைக்குக் கவிதைகளை முந்தைய நூல்களின் வரிசை மாறாமல் இருந்தபடியே தொகுத்திருக்கிறேன். தலைப்பில்லாமல் இருந்த கவிதைகளுக்கு இப்போது தலைப்பிட்டிருக்கிறேன். அடிகள் பிரிபடாமல் தொடர்ச்சியாகக் கொடுக்கப்பட்டிருந்த கவிதைகளுக்கு மட்டும் பொருள் தெளிவுக்காக அடிகளுக்கு இடையே இடைவெளி கொடுத்துப் பிரித்திருக்கிறேன். எழுத்து, சந்தி, அச்சுப் பிழைகளைத் திருத்தியிருக்கிறேன். மற்றபடி எந்த மாற்றமும் செய்யவில்லை. அந்நூல்களுக்கு எழுதப்பட்ட முன்னுரைகளும் பின்னிணைப்பாகக் கொடுக்கப்பட்டுள்ளன. ‘கோமுகி நதிக்கரைக் கூழாங்கல்’

தொகுப்பிற்கு மட்டும் முன்னுரை எதுவும் இல்லை. நான்கு நூல்களின் அட்டைப் படங்களும் உள்ளன.

‘கோமுகி நதிக்கரைக் கூழாங்கல்’ தொகுப்பை என் மனைவி எழிலரசிக்கும் ‘நீர் மிதக்கும் கண்கள்’ தொகுப்பை என் பிள்ளைகள் இளம்பிறை, இளம்பரிதி ஆகியோருக்கும் ‘வெள்ளிசனிபுதன் ஞாயிறுவியாழன்செவ்வாய்’ தொகுப்பைக் கவிஞர் சுகுமாரனுக்கும் காணிக்கையாக்கியிருந்தேன். அவை அவ்விதமே தொடர்கின்றன. இந்நூலுக்குத் தலைப்பாகியுள்ள ‘மயானத்தில் நிற்கும் மரம்’ எழுத்தாளர் கந்தர்வன் இறப்பின் போது எழுதிய கவிதை. என்னுள் துயரத்தை உணரும் கணத்தில் எல்லாம் கந்தர்வன் நினைவு வருவது இயல்பானதாக இருக்கிறது. அவர் நினைவு பெரும் ஆசுவாசத்தையும் ஆறுதலையும் தருகிறது. அவர் நினைவாகவே இந்நூலுக்கு இத்தலைப்பு.

நான்கு நூல்களும் வெளியிடப்பட்ட காலத்து உதவிய நண்பர்கள், கவிதைகளை வெளியிட்ட இதழ்கள் ஆகியவற்றின் பட்டியல் பெரிது. அவர்கள் அனைவருக்கும் நன்றி. முதலிரு தொகுப்புக் கவிதைகளைக் கணியச்சு செய்து கொடுத்த என் மாணவர் ப. நல்லுசாமி, இப்போது இந்நூலை வெளியிடும் காலச்சுவடு கண்ணன் ஆகியோருக்கும் நன்றி.

நாமக்கல்
10–09–16

பெருமாள்முருகன்

நிகழ் உறவு

நிகழ் உறவு
இளமுருகு

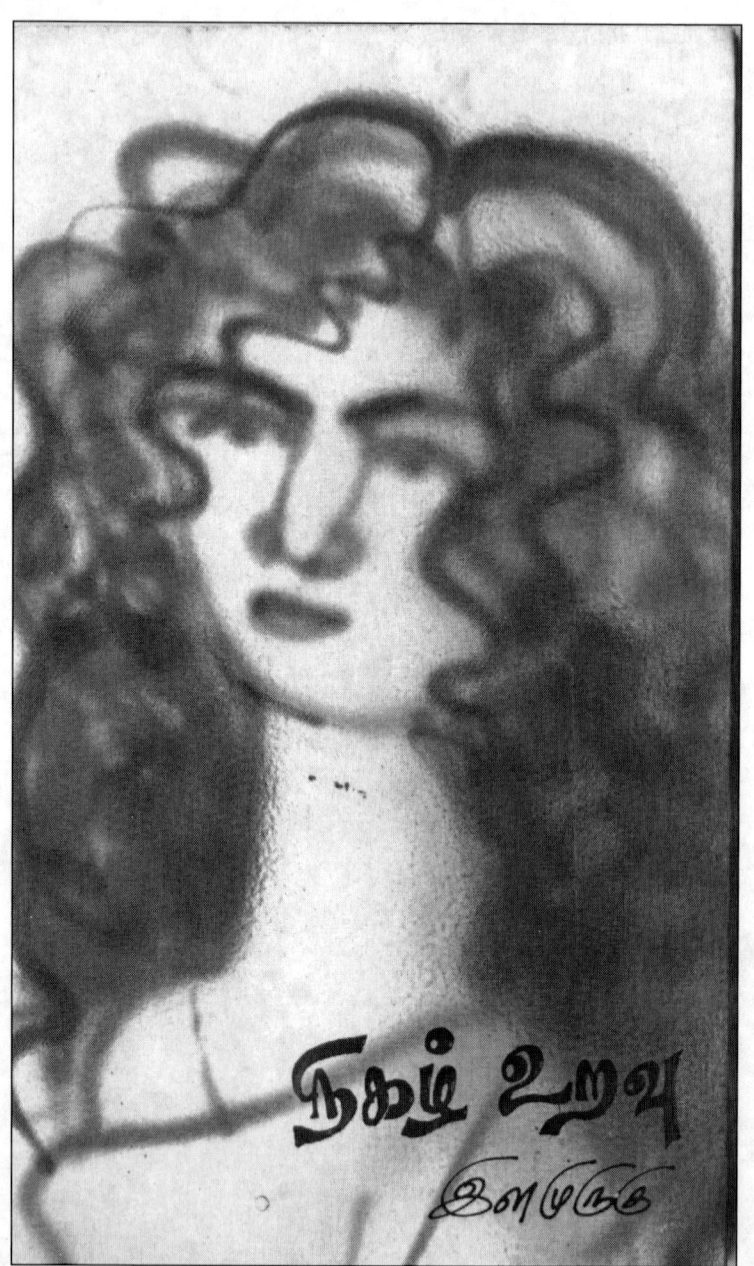

பிம்பங்களோடு நான்

சுற்றிலும் பதித்தாயிற்று
விதம்விதமாய்
தேர்ந்த ஓவியனின்
திறமையோடு

உடை கசங்காமல்
மயிர் கலையாமல்
மூக்கு சிதையாமல்
விரல் உதிராமல்
பாதுகாப்பதற்கென்றே
போக்கும் வரத்தும்

சிறுநுனி பெயர்ந்தாலும்
குழைத்துப் பூசிச் சரியாக்கவென்று
ஈரம் புழங்கும் சொற்கள்
எந்நேரமும் கைவசம்

சிரித்தலும் பேசலும்
கைகுலுக்கலும் அணைத்தலும்
ஒதுக்கலும் விலகலும்
அவற்றைக் குறிவைத்தே

சலனச் சந்தடிக்கும்
செவி விறைக்கும் நாயாய் உழைத்தும்
கட்டுப்படவில்லை

பூசிய இடங்களிலும்
புதிது புதிதாய் விரிசல்கள்
ஓட்டைகள்

கைகொண்டு அடைத்தும்
மண்ணெடுத்துத் தடுத்தும்
கணங்களில் சட்டெனச்
சிதைந்து நொறுங்குகின்றன

மயானத்தில் நிற்கும் மரம்

கண் முன்னே
உடைந்து உதிர்கின்றன
முதுகுக்கப்பால்

ஒவ்வொரு உடைவுக்கும்
ஆசுவாசமாய் உட்கார்ந்து
சிகரெட்டில் சோகமும் புகைத்தாயிற்று

மீண்டும்
கட்டி நிமிர்த்தவும்
எடுத்து நிறுத்தவுமே
அலைச்சல் அலைச்சல்
அன்றாடம்

பிம்பங்கள் நிலைப்பதில்லை
என்பதுணர்ந்தாலும்.

●

தீர்மானம்

என்னைப் பற்றிய
தீர்மானமே
எனக்குள் இல்லை
அவனைப் பற்றி
நானென்ன சொல்வது?

●

கொசுக்கள்

பேச்சும் சீட்டுமாய்
அறை முழுக்க ஆரவாரம்
மின்விசிறிக் காற்றில்
சிறகிழக்கும் கொசுக்கள்.

●

விஷ நிழல்கள்

"அக்காளுக்குக் கலியாணம்
அவசியம் வரவேணும்"
எதிர்பார்ப்புத் ததும்பிய
வார்த்தைகளுக்காய்ப்
பனித் தையில்
பறவைக்கு முன்னெழுந்து
ஊர்ப்புறம் போனேன்

கண்டதும் அவர்களின்
முகக்கதிர் ஒளிவீச்சு
மழை பட்டுக் கறுத்த
பனையோலை உள்ளிருந்து
முகம் சிவக்க வரவேற்பு

முடியுமுன்னே
எங்கிருந்தோ தலைதூக்கி வந்த
நாற்காலிச் சிறைக்குள்
தனிப்பட்டுப்போனேன்

அங்கங்கே குசுகுசுப்பு
ஆளரவம்
நைந்த சேலைகளுக்குள்
முகக் குவிப்பு
அவ்வப்போது அருகில் வந்து
தணிவாய்
வெற்றுமார்புகளின்
வசதி விசாரிப்பு

தப்பட்டை மேளத்துடன்
தாலி கட்டி முடிந்ததும்
சாணம் படிந்த
வாயில் விரிப்பில்
மூக்கொழுகும் குழந்தைகளுக்கும்

காப்புக் காய்ச்சிய கைகளுக்குமாய்க்
காலை உணவு

நானும் காத்திருந்தேன்

பவ்வியமாய் வந்தவன்
பொட்டலம் நீட்டிச் சென்னான்
"கடையில் வாங்கினது"

அந்தக் கணத்தின்
சிதைவுகளுக்கிடையில்
நானுணர்ந்தேன்
எங்களுக்கிடையில் நின்றிருக்கும்
முன்னோர்களின்
விஷ நிழல்களை.

●

காவு

விதி சொல்லி வருணம் சாற்றி
வேதங்கள் உயிர் உறிஞ்சும்
வேதனை வரலாற்றின்
எதிரொலிகள் இன்றும்
எல்லம்மா மலையில்

"நீ என் கால்நக்கி
உன் உழைப்பு என் உடல் வளர்த்தி
உன் பொருள் என் பிச்சை
உன் பெண்டு என் தினவுக்கு
வேத வாசகம் வேத வாசகம்
கருமத்தைச் செய் பலன் பாராதே

சோறில்லையா சுணங்காதே
உடையில்லையா உருகாதே
வீடில்லையா வருந்தாதே
நிலமில்லையா நிமிராதே
வேத வாசகம் வேத வாசகம்
இம்மைத் துன்பம் மறுமை இன்பம்

தாசிகள் தேவருக்கு
தேவரும் நாங்களும் ஒன்று
கடவுளுக்கு அர்ப்பணி
கடவுளும் நாங்களும் ஒன்று
வேத வாசகம் வேத வாசகம்
அந்தணர் ஆண்டைகள் ஆண்டவர்

வேத விஷங்கள்
நம்பூதிரி முதலிரவுகளுக்கு
நாயனச் சேர்க்கைகள்

கோவில் பண்ணை
கூட்டுக் கொள்ளைக்கு

நியாயப் பூச்சுகள்
வளைந்த முதுகெலும்புகள்
நிமிர்வதற்கில்லா
மூளைக் கட்டுகள்

இன்னும் இன்னும்
வேத எச்சங்கள்

நாக்கு துருத்தி
வயிறு பிளந்த
எல்லம்மா தேவதைக்குப்
பெண் காவுகள்
'தேவ'தாசிகளாய்

எல்லம்மா மலையெங்கும்
இரத்த விளாறுகள்
மௌனக் கொலைகள்

நாமென்ன
மௌன சாட்சிகளா?

மூளையைப் பிணித்த
தளைகளை வெட்டுதல்
தலைமுறைக் கடன்

கடவுளின் பெயரால்
காவுகள் முற்றும்

கடவுளே காவு.

●

என்றாலும்

அறை ரொம்பிய ஒட்டடை வலைக்குள்
சிக்குண்டுதான்
புணர்ச்சிக்கு ஏங்கும் பாச்சைகளின் சப்தத்தில்
நாடி ஒடுங்கித்தான்
சுள்ளெறும்புகளின் குதறலில் நடுங்கும் இதயத்தை
ஏந்திக்கொண்டுதான்
சுற்றிலும் மயிர் விரித்துக் கதறுகிற
தனிமைக்குள்தான்
வாழ்க்கை என்றான பின்னும் ...

வெளிகளில் பேயென அலையும்
காதலின் பாடலில் உயிர்.

•

மீனம்பட்டியின் மிச்சம்

ஓலத்தில் உயிர்க்கிறது எந்திரம்

உதட்டு எச்சிலும் படியாத அனுதாபங்கள்
மையின் பசையுமற்ற பழுப்புத் தாள்களின் பரபரப்பு
வெந்து வடியும் படங்கள் விழி விருந்துக்கு
ஆறுதல் அணிவகுப்பு
காக்கி மீசைகளின் ரத்தக் கருணைக்கு
ஊத்தை நாறும் உதவிகளும் யூகங்களும்

அரைக்கண் செருகச் சட்டங்கள் தள்ளாடிக் குரைக்கும்
நெளிந்த அறிவிப்புக் கருணைகள் மெல்ல நீர்க்கும்
விசை பொங்கிய கைகளின்
வலிய அணைப்பில் சுருண்டு
சவமாயிற்று எந்திரம்

எல்லாம் முடிந்தது திருப்தியாய்

மிச்சம்?

பிய்ந்த மாமிசம் சுவர்களில் ஒட்டி அழுகிறது
வெடித்த குருதி தீய்ந்த மண்ணில் கரைகிறது
சாம்பல் வாடை காற்றில் பரவி இறைகிறது
எறும்பு வரிசை பிஞ்சு விரல்களில் மொய்க்கிறது

இன்னும்
மௌனங்கள் உறையக்
கரிந்து அடர்கிறது வானம்.

•

உதைபடல்

'தக்காளி ... வெண்ட ... கீரேய் ...'

புருசனைப் பிள்ளைகளை
அனுப்பிக் களைத்து
மதியத் தூக்கம் எண்ணி ஏங்கும்
கூண்டு வீட்டுப் பெண்களின் குரல்
வடிவாய்க் கூப்பிடும்
'எப்பிடீம்மா?'

வாசற்படியில் இறக்கி
வரலாறு சொல்லி அலுக்கப்
பிலுக்காய் பிலுக்கி வரும்
'காக்கிலாப் போடு'
சினிமாவுக்கு எண்ணாத கணக்கு
காய்கறிக்கு எண்ணும்

'தக்காளி ... வெண்ட ... கீரேய் ...'

சாமத்தில் எழுந்து கரச்சோறு குடித்துக்
கூடை இடுக்கிச் சந்தைக்கு அவசரம்
ஊர் பேசிக் குதூகலித்து உடன் சலித்துக்
குறுக்குத் தடத்தில் கும்பலாய் நடந்து
முதல் பஸ் பிடிக்கையில் முகம் மிளிரும்

சாக்குக் கடைக்குப் பையன்
செங்கல் சூளைக்குப் பெண்
சாவடி தூங்கும் புருசன்
வறண்ட நிலம் வாழ்வை உறிஞ்சி
டவுனுக்கு உதைக்கக் 'காய் ஏவாரம்'

மெர்க்குரிச் சொதசொதப்பில் கண் கூச
மார்க்கெட்டோரம் பஸ் தள்ளும்
குத்தகையாய்ப் பேசிக் கூறு பிரித்துக்
கூடை நிரப்ப நாக்கு டீ கேட்கும்

'தக்காளி ... வெண்ட ... கீரேய் ...'

பழங்கருப்பட்டி முகத்தில் வியர்வை வழிய
நெற்றியில் கை குவித்து
அண்ணாந்து கண் சுருக்கிப்
பொழுது பார்த்து விரையும்

ஒட்டுத் திண்ணையில்
அழுக்கும் பிசுக்குமாய்
அரற்றும் கூடையை இறக்கித்
தலைபாரம் குறைக்கச்
சும்மாடு மூச்சு விடும்
'அப்பாடா ...'

கூடைக்குள் உருளும்
அழுகல் உடைசல் கழிசல்
'ராத்திரி சாத்துக்கு ஆச்சு'

முகத்தில் நீர் அடித்துக் குளிர்ந்து
மயிர் உதறித் தட்டி முடிந்து
பகல் சப்பி எறியக்
கால் தவங்கி முகம் வதங்கி
வரும் பிள்ளைகளைக் கண் நோக்கும்
கை விளக்கேற்றும்
வாய் முணுமுணுக்கும்
'என்னிக்கிச் சனியன் தொலையுமோ?
எனக்கு வெடியுமோ?'

•

படர்ந்த சுவடுகள்

விடியப் போகிற நிமிசங்களில்
அமைதியற்றுக் கத்துகின்றன காக்கைகள்
மனசெங்கும்

கடைசிப் பகிர்வுக்காய்
டீக்கடை தேடி அலைந்து
வெறுமனே உன்னை
வழியனுப்பி நடக்கிறேன்

ஓய்வெடுக்கும் தார்ச்சாலையில்
அதிரும் காலடிச் சப்தம்
கவியும் மௌனத் தனிமை

சொற்களில் சுடரும் உன் இதயக் கனிவு
உற்சாகப் பரிமாறல்
நடந்த தடங்கள்
எழுத்துக்களாய்ச்
சுவரொட்டியாய்த் துண்டறிக்கையாய்ப்
பத்திரிகையாய்ப் படைப்புக்களாய்த்
தோழர்களாய்
இரவுகளெங்கும் பரிணமித்துப் படர்ந்த
உன் உழைப்பின் சுவடுகள்

உன் விரல்களை அள்ளி
முத்தமிட விரும்பினேன்
போய்விட்டாய்
உன் ஆத்மார்த்தமற்ற
முகமூடிகளைக் கழற்றி எறிவதாய்ச் சொல்லி

எங்கே போய்விடுவாய்
படிப்பு தேர்வு வேலை குடும்பம்
ஞாயிற்றுக்கிழமை
தீர்மானமற்ற இலக்கு வேறென்ன

முண்டு கட்டிய சிந்தனை வேர்களில்
அடைபடும் வாழ்க்கை
போய் வா
தோழமை என்பது
சுண்டி உதிர்க்கும்
சிகரெட் சாம்பலல்ல
உயிர்ப் பிணைவு

உள்ளுக்குள் வடியும்
குருதியோடு பிரியும் உன்னை
நானறிவேன்

மேடும் பள்ளமும்
இறக்கமும் ஏற்றமும்
நிமிர்வும் துவள்வும்
பாதைகளில்
என்றாலும்
வற்றாது நதி.

●

நிகழ் உறவு 1

கை கோத்து நடக்கிறோம்
பின்னிய விரல்களுக்கிடையே
பூமியைப் பிளந்து செல்லும்
கூரிய பள்ளமுண்டு
ஆயினும்
சிரிக்கிறோம் நடக்கிறோம்
இட்டு நிரப்பாத
முனைகளில் நின்றுகொண்டு
பேசுகிறோம்

சாலையெங்கும் கவிந்த புகை
ஓடும் தலைகீழ் மனிதர்கள்
மிதந்து தேயும் சூரியன்
வாகனக் குப்பைகள்
அமுங்கிச் சிரிக்கும் விளக்குகள்
கரியும் ஈசல்கள்
எல்லாவற்றையும்
எல்லாவற்றையும் தான்

தவிர்த்துவிடுவது
பள்ளத்தைப் பற்றி மட்டும்.

•

நிகழ் உறவு 2

என் சட்டைக்குள்ளிருக்கும்
பதுங்கு குழிகளிலிருந்து
அவ்வப்போது நீளும் தலை
மூச்சடைக்கத் தாவும்
அடுத்த குழிக்கு

குழிகளைத் தூர்த்தெறிந்து
சட்டையைப் பிய்த்தெறிந்து
திரியத்தான் ஆசை

என்ன செய்ய
பொய்மை எச்சிலில் நொதித்த சொற்களை
ஈரம் கனியக் கனிய உதிர்க்கும்
உதடுகளால் ஆனது காலம்.

●

நிகழ் உறவு 3

இருந்தும்
முன்னோக்கிப் பரவும்
ஓயாத அலைகள்

முட்களை வாரி வரும்
காற்றுக் காலம்
மூச்சில் அறையும்
சூனியப் புகைகள்
மூட்டத்தினூடே
கழுத்துக்கு நீளும்
கையோடிருந்த விரல்கள்
நகர்ந்து ஓடும்
நெருங்கி நடந்த தோள்கள்

உயர்ந்தும் தாழ்ந்தும்
முறித்தும் முறிந்தும்

தெரியும்
ராஜபாட்டையில் அல்ல
இடிபாடுகளுக்கிடையேதான்
தொடரும் பயணம்.

உயிர் கிளர்ந்த கணங்களில்

குரலெடுப்பில் மண்ணின் இருப்பு
சொற்சுழலில் வாழ்வின் கசிவு
கால் பதிவில் செயலின் விளைச்சல்
போர்ப்பறை சுடரும் சலங்கையில்
துப்பாக்கி மணக்கும் தோள்களில்

எதிரியே
நாக்குகள் ஒடிப்போம்
நரம்புகள் பிய்ப்போம்
குருதித் திமிர் அடக்கு
மடைகளின் உடைப்பு உறுதி

காற்று நடக்கும்
வெளியெங்கும் உரவிதைகள்
வெறுமைகள் நிரப்பிப் படரும் கொடிகள்
மின்அனல் ஊட்டும் தளிர்கள்
ஒலிகளில் மனசு நிமிரும்
நரம்புகள் தினவும் கைகள் முறுக்கும்

அசைவுகளில்
உயிர் கிளர்ந்த உணர்வுகள்
சிலிர்த்து மோதும் பரவும்.

(கத்தர் குழுவுக்கு)

•

ஒரு வாழ்க்கை

இந்த வருசம்
இன்றைக்கு முதல்
நானும் தங்கச்சியும்
போன வருசம்
இதே தருணம்
அண்ணனும் நானும்

"பனங்காய் வாசத்துக்குப்
பாம்பு சுருண்டிருக்கும்
பாத்து"
நேரத்தில் எழுப்பும்
கிழட்டுத் தாத்தா

முள் விலக்கப்
பனங்காய் உருட்ட
இருட்டுடைக்கக்
கையில் புதிதாய்
வேப்பந்தடி கொண்டு
முதுகு மேல்
பாம்புச் சட்டையாய்ப்
படுத்திருக்கும் சாக்குப்பையுடன்
மொதக் கோழி கூப்பிட்ட நேரம்
முணுமுணுத்து நடந்தோம்

ராசாமணி முருகேசன்
நாச்சக்கா மணி
வசந்தா நடேசன்
போட்டிக்குக் கும்பலுண்டு
முந்திக்கும் பேருக்கு
முழுவேட்டை
ஆயிரமாய்ச் சேர்த்தால்
அரைக்கால் டவுசர்

ஆண்டுக்கு ஒன்றிரண்டு
தேருக்குப் போவதற்கும்
தேறும் காசு

இதே இடம்
ஏரிக்கரையோரம்

எமனாய் நின்றிருக்கும்
கிழட்டுப் பனை
புல்லுக்குள் முள்ளுக்குள்
பனையைச் சுற்றிலுமாய்க்
கொட்டிக் கிடந்தன காய்கள்
கண் மின்னப்
பொறுக்கிய அண்ணன்
கால் சுற்றிப் பாம்பு

அண்ணா ...
பாம்பு கவ்வியது
இருட்டு தின்றது
அண்ணா ...

இருட்டுக்கும் பாம்புக்கும்
இரையாகவா வாழ்க்கை?

●

மயானத்தில் நிற்கும் மரம்

இதுதான்

ஜன்னலை மோதி மூடிக்
காற்று கரைந்து போகும்
சுவர்கள் சூழ்ந்து நெருங்க
மூச்சு நெரிபடும்

கழற்றிய பின்னும்
சோர்வுகள் தொங்கும்
எறிந்த பின்னும்
தூசுகள் மண்டும்

எப்பவும் இதுதான்
அரிந்தால் எதிலும் புழு.

●

வெளுப்புக்காரி

வாரம் ஒருமுறை
வெற்றுக் கால்களுடன்
வெளுத்த துணி மூட்டை முதுகோடு
ஆமையாய் ஊருக்குள் வருவாள்

ஊர் இடுகாட்டில்
ஒண்டியாய் மேயும் கழுதை
அன்று மட்டும்
ஓடக்கான் அடிக்கும்
பள்ளிச் சிறுவருக்குக்
கழுதை கிடைக்கும்
மூக்கில் கறுத்துக் கிடக்கும்
பித்தளை மூக்குத்தி
கழுத்தைச் சுற்றியோர்
ஒற்றைக் கயிறு
அழுக்குத் தின்னும்
பின்கொசுவம்
கால் விரலில்
மெட்டி அடையாளம்
எப்போதாவது அவளின்
வற்றிய கை பற்றி
வெளிறிய சொக்காயோடு
வரும் சிறுமி

வீட்டுத் திண்ணைகளில்
வெளுப்பை வைத்து
அழுக்கை எடுப்பாள்
விட்டுப்போன
வேட்டிக்கும் சேலைக்கும்
துண்டுக்குமாய்
வார்த்தைச் சத்தங்கள்
வெடித்துக் கிளம்பும்

வாய்க்குள்
முனங்கும் வார்த்தைகளால்
சமாளித்து முடிந்து
ஏதாவதொரு நடை வாசலில்
பழைய சோற்றுக்கரைசலைக்
கையேந்திக் குடிப்பாள்

பின்
அழுக்குகளை வாரிச் சுருட்டிய
மூட்டைகளோடு
புழுதிச் சாலையில் துளியாய்
அவளும் கழுதையும்

ஊரார் அழுக்குக்காய்
வாரம் இரண்டு முறை
அவள் வீட்டில்
வெள்ளாவிப் பானை வேகும்.
இங்கே
அவள் வாழ்க்கைக்காய்
வெந்துகொண்டிருக்கும்
இன்னுமொரு வெள்ளாவி
அதை அவளுக்கு
அறிவிப்பது எப்படி?

●

புதையும் வாழ்க்கை

பாசத் தளைகளால்
என்னைக் கட்டாதே

ஐம்பொறியடக்கி
நாற்காலிக்குள் அமிழ்ந்து
நாட்களை ரணமாக்கித்
தேய்ந்து
விரக்திக் கூன் சுமக்க
என்னால் முடியாது

சுற்றிலும் எரிகையில்
காலுக்குள் தலை மாட்டி
சுவருக்குள் புதையும் வாழ்க்கை
உன்னோடு போகட்டும்

விடு.

நிலா நடக்கும் இரவொன்றில்

பூசணித் துண்டாய் நிலா
காற்றுக்குத் தகிக்கும் மரங்கள்
நெஞ்சுள்ளும் படரும் வேர்வை
வெட்டார வெளிப் படுக்கை
அது ஓர் மெல்லிய இரவு
கயிற்றுக் கட்டிலில் நாங்கள்
கீழே சாக்கு விரிப்பில்
குப்பையில் நைந்து கறுத்த
பழத்தோல் உடல்
சுவர்களில் மோதிச் சிதைந்த
தகரக் குரல்
அவன்

அழுகோ அழகு வாய்ந்த
'கொடமாலப் பொண்ணு' கதை
குதிரையேறித் தேசாந்திரம் போன
ராஜகுமாரன் கதை
பொச்செரிப்பில் நீறுடைத்து நொந்த
ஏழைப் பார்ப்பான் கதை

ரணம் அறுக்கும் இருமலினூடே
அவன் கதைகள் சொன்னான்
'உம்' கொட்டிக்
கட்டில் குலுங்கச் சிரித்து
அவனில் பதிந்தோம்

'அடிச்சாய' வந்தான்
ஈயம் பூசவும் ஓட்டை அடைக்கவும்
வாங்கி வந்த குண்டாச் சோற்றில்
ஈரல் நனைத்து
ராத்தங்கத் துளி இடம் கேட்டான்

சப்புளிந்த கன்னங்களில்
கள்ளி முள்ளாய் நரைமயிர்
கறுத்து வெடித்த உதடுகளுள்
ஊறும் புகையிலை ஆறு
உரித்துத் தொங்கும் வெள்ளாடாய்
வெற்றுடம்பு
நெருப்பும் ஒதுக்கும் அரை வேட்டி
சாணி நிறத்தில் தலைத் துண்டு
மழைக்காகிதப் பைக்குள் அடப்பம்
சுத்தி, கத்திரி, தகரங்கள்

'வாசல்ல படுத்துக்கோ'
இசை ததும்ப அம்மா
'எந்த ஊரு' 'பரதேசம்'
'பிள்ள குட்டி' 'நீங்கதான்'
'பொண்டாட்டி' 'அதாங் கொறை'
'ஊடு வாச' 'போற எடந்தான்'
அனுபவக் கொழிப்பில்
சுருங்கிய சொற்கள்
சிமிழுக்குள் அடங்கிய வாழ்க்கை

புகையிலை துப்பி
நெஞ்சு நனையக்
கதைகள் சொன்னான்
நிலவு ஓயும் வரை
கதை லயிப்பில் உறக்கம்
கொடமாலப் பொண்ணு
கை நீட்டி இறைஞ்சும்
கனவு மிஞ்சல்

கருக்கலில்
சாக்கு மடிப்பில் அவன் அடையாளம்
வெறிச்சிட்ட வானம்
தகரக் குரல் காடுகளில் சிதற

மயானத்தில் நிற்கும் மரம்

வயிறு எக்கி எங்காவது
கூவிக்கொண்டிருப்பான்
'ஈயம் பூசறது ... ஓட்டை அடைக்கிறது ...'

ஒடுங்கிய குண்டா நீட்டிக்
கால் நடக்க எங்காவது
சோறு கேட்பான்
உயிர் சுருட்டிக்கொள்ள
இடம் தேடி எங்காவது
கதைகள் சொல்வான்

புகையிலைக் கறை படிந்த
நிலா நடக்கும் இரவுகளில்
நெஞ்சைத் தட்ட வருகிறான்
கொடமாலப் பொண்ணோடும்
இருமலோடும்.

●

வெளிப்பாடு

பனிச் சிலிர்ப்பில்
பூக்கும் வாசல்கள்
திருப்பாவைத் தேன்குரல் வழிந்து
நகர் நிறைக்கும் விடிகாலை
குளிர்ச்சுனை உடலுக்கு
ஒத்தடம் தேடி
டீக்கடை நடப்பேன்

அந்தி மலர்வில்
நீர் வடியப் பரப்பிய
மல்லிகை மொட்டுக்களை மூடிய
மெல்லிய துணிகளென
'வேடு' கட்டிய தலைகள்
வாசல்தோறும்

தொடலில் அமுங்கி விரியும்
நத்தைக் கொம்புகளாய்ப்
புள்ளிக்கும் பொடிக்குமாய்க்
கோடுகளில் நகர்ந்து
வாசல் வருடும் கைகள்
சிருஷ்டிப் பொலிவை
ரசித்துத் தொடர்ந்து
பூரிக்கும் முகங்கள்

பேசும் கிளிகள்
அலகு பிளந்த கொக்குகள்
தோகை விசிறும் மயில்கள்
உடல் எகிறத் துள்ளும் மான்கள்
ஏதேதோ வடிவு காட்டி
இறக்கை அடிக்கும் பறவைகள்
சிரிக்கத் துடிக்கும் பூக்கள்
தூரிகைச் சிதறல்கள்

மயானத்தில் நிற்கும் மரம்

நீண்டு தவிக்கும் கைகளெனப்
படர்ந்து விரியும் கோலங்கள்
விரல் நெளிவில்
வியர்த்து விழும் பெருமூச்சுகள்

வெளிச்சத்தின் கைப்பிடித்து
டீச் சூட்டோடு திரும்புகையில்
புள்ளிகளில் சுருங்கிக் கோடுகளுள் ஒடுங்கி
வாசல்களில் தனித்துக் கிடக்கும்
வெளிறிய மனசுகள் மட்டும்.

•

சந்திப்பு

இரவைத் தளர்த்த
டீயில் நனைந்து
சிகரெட் சாம்பல் கரியக் கரியப்
பேசிக்கொண்டிருக்கலாம்
எதிரில் அருகில்
பக்கவாட்டில்
என்னில் உன்னில்
நம்மிடையில்
திசைகளெங்கும்
சொப்பிப் படர்ந்த தவறுகளை

சிரித்துக் கையுயர்த்திப் பிரியலாம்
நாளைய தவறுகளைப்
பேசவும்
நாள் குறித்துக்கொண்டு.

●

கொறை ஒழவு

ஊர் மேட்டில்
இறுகிக் கிடக்கும் நிலம்
எலும்புத் தென்னைகள்
பாம்பு அடை காக்கும் கிணறு
களைகள் உரமேறி அடரும் வயல்
சுற்றிலும்
பிறரின் பசுமை உயிர்ப்பு
சுரப்பில் ஏங்கி ஏங்கி
பெருமூச்சு இழைய
உயிர் ஒடுங்கி உள் சுருங்கி
வாடும் ‘கொறை’யாய்

❍

மொளப்புக் காலத்தில்
மம்மட்டி ரத்தம் குடிக்க
ஏத்தக்கால் சிதற
வரப்புக்காய்
வயிறடித்து மண் தூற்றி
எலுமிச்சை பலி கொள்ளும்
வேல் முனை வாசலில்
‘முனியப்பன்’ முன்னால்
போட்ட ‘தொலவு’

❍

தன் கால் நிமிர்ச்சி
நிலத்தோடு இறுக
பிறத்தியான் வயலில்
குனிவில் வயிறு வளரும்

❍

பெற்றோர் ஓதம்
மூளை இறங்கப்
பள்ளிக்கூடத்தில்
பாதையில் திடலில்
இளங்குருத்துகள்
முகம் சுழித்து வாய் கோணிப்
பழிப்புக் காட்டி விலகும்

o

உடையும் குரல்
துளிர்க்கும் உதடுகள்
பால்யம் கரைந்து
முறுக்கும் பருவம்
ஊர் மேட்டில்
இறுகிக் கிடக்கும் நிலம்

o

எந்திரப் பற்கள்
நீண்டு நீண்டு
கிராமம் தீண்டும்
சுண்டும் கூலி வயிறுகள்
கனவின் கொப்பளிப்பில்
நகரை நோக்கும்
முறுக்கிய காளைகள்
உருக்கும் தாரில்
தறிப் பட்டறையில்
அருகருகே

o

தறிநூல் அறுந்து
பிணைக்கையில்
சில்லறை முறித்துச்
சம்பளம் பிரிக்கையில்
திரையரங்கில் டீக்கடையில்

மயானத்தில் நிற்கும் மரம்

உதடுகள் பிரியப் பிரிய
உள்ளம் இளகும்
ஊர்வரை
பாதை அடைக்கும் சைக்கிள்கள்
எல்லையில்
முன் பின்னாய்த் தொடரும்

❍

ஒரு மழைக்காலம்
நிலங்களின் ஏப்பம்
மாடும் ஏருமாய்
ஊரே நிறையும்
ஈரச் சாரலில்
இளசுகள் இரண்டும்
குளிர நனையும்
கலப்பை ஒரு தோளில்
விதைக்கூடை ஒரு தோளில்
மாடுகள் ஒவ்வொன்று
'எங்கே? எங்கே?'
கிழட்டுப் பதைபதைப்பு
மூர்க்கமாய் முன் நிற்கும்
பரம்பரைக் கட்டு
படபடத்துச் சிதற
புடைத்தன வார்த்தைகள்
'கொறை ஓழவு போட.'

●

குறிப்புகள்:

1. கொறை – தகராறின் காரணமாகப் பயன்படுத்தாமல் போட்டு வைத்திருக்கும் நிலம். கொறை–குறை.
2. தொலவு – பெருஞ்சண்டையின் விளைவாய்ப் பங்காளிக் குடும்பங்களிடையே தெய்வ சாட்சியாய் நிகழும் தொடர்பு அறுதல். மீறுவது 'தெய்வ குத்தம்.'
3. ஓதம்–தாக்கம்.

காலத்தின் சாட்சியங்கள்

எங்கள் தெருக்களில் உலவுகின்றன
ரத்தம் ஒழுக்கும் ஆணைகள்
கதவை அடை
ஜன்னலை மூடு
விளக்கை அணை
முடிந்தால் மூச்சை
உள்ளுக்குள் விடு

பாதம் கழுவு
வாழ்த்துப் பாடு
பிச்சைக்கு ஏந்து
முடியாவிட்டால்
மௌனம் பிடி

எதிர்ப்பக்கம் புருவ அசைப்பா?
எச்சில் தெறிப்பா?

பொய்களின் நிர்வாண ஆட்டம்
புழுதி கிளப்பி வாயடைக்கும்
தடதடக்கும் பூட்ஸ் ஓட்டம்
கதவை இடித்து மூக்குடைக்கும்
துருப்படிந்த கம்பிக் கதவுகள்
காலுடைக்கும் கையுடைக்கும்
நிமிரும் இடுப்பொடிக்கும்

காதுகளை உரசுகிறது சந்தடி
இருப்பில் புதைந்தவர்களை
உள்ளுக்குள் ஓலமிட்டு மடிபவர்களைப்
போய்ச் சேரட்டும்

எங்கள் தெருக்கள்
நடப்போம்
எங்கள் வானம்

மயானத்தில் நிற்கும் மரம்

உயர்த்துவோம்
எங்கள் காற்று
ஒலிப்போம்
எங்கள் மக்கள்
செல்வோம்

வா
சொத்தை நகங்களால் எலிகள் பிறாண்டும்
உளுத்த பீடங்களின் ஆணைகளே

சிறைக் கதவுகளிலும்
எங்கள் சுவடுகள் பதியும்.

●

படிவுகள்

தெரிய வேண்டாம்
அது அவருக்கு
இது இவருக்கு

இது அவருக்கும்
அது இவருக்கும்கூட

இப்படித்தான்
தெரியாமலே திரளுகிறோம்
முதுகின் மையத்தில்
விரல்களுக்கெட்டா
அழுக்குப் படிவாய்.

●

உடைத்தெறிவோம்

நீர் கோத்து வீங்கிப்
பூஞ்சனம் பூத்த கால்களை

உள்ளங்கை பருத்து உப்பி
இரக்கம் செத்த கைகளை

அழுக்குத் திட்டுகள் தேங்கிச்
சொறி படர்ந்த முதுகினை

சூட்டின் வெம்மையில் உருகி
மரத்துத் தேய்ந்த உடலினை

தாள்களில் கவிழ்ந்து குதறி
முகம் சிதைந்த தலையினை

கனத்தில் வெம்பிக் கருகி
அழுகிப் புதைந்த இதயத்தை

உடைத்தெறிவோம்
நாற்காலிகளை.

கோமுகி நதிக்கரைக் கூழாங்கல்

கோமுகி நதிக்கரைக் கூழாங்கல்

இளமுருகு

மாறுதல்

உன் சுட்டுவிரல் தொடுதலே
மாறுதலின் தொடக்கம்

என் துயரப் படிவுகளிடையே
நகை அதிர்வுகள் எழும்பின
அவிந்த சினத்தீ நுனியில்
அன்பு நாவுகள் அசைந்தன
எரிநாற்றக் கரியின் உள்ளிருந்து
மென்சிறகுகள் விரிந்தன

சொல்லடங்கிய மொழி
உன் இமையேறிப் புதைந்தது
பின்னெழும் நிலவொளி துலக்கிக் காட்டும்
கோபுர அழகென உருவு தோன்றிற்று

நீ மூட்டிய கனலில்
அனைத்தையும் வார்த்துவிட்ட
ஒளி சூழ்ந்த அக்கணமே
உண்மையிலும் உண்மை
பின்
எனதென்று எதுவுமில்லை என்னிடம்.

●

சிறுபிசிறு

கவனமற்று
நான் உதறிவிட்ட சிறுபிசிறு
அவள் கண்ணில் விழுந்துவிட்டதோ

கதகதத்து முகம் வீங்க ஓடிப்போனாள்
சரசரத்த அவள் அடிவைப்பு
பிரம்பின் விசிறல்களாய் இறங்கின
மனசில்

எதிலும் நிலைப்பற்றுப் படுக்கை புரண்டு
தொலைபேசிக்கு முயன்று கழிந்தது
நாளையற்றவனின் நாள் போல

கிடைத்த ஒரு கணத்தில்
எல்லாம் இழந்தவனாய் யாசிக்க நினைத்தேன்
அவளோ
குரல் கேட்ட உற்சாகத்தில்
சும்மா
அதெல்லாம் ஒன்றுமில்லை என்றாள்
ஏதேதோ பேசிக் கரைந்ததில்
நேற்றைய குருதிச் சொட்டல்கள் எங்கே?

•

புகழ் மகுடம்

வெயில் விரித்த கடலோரப் பாதைகளில்
அவள் அருகணைந்து நடக்கையில்
என் புகழ் மகுடம்
ஊதிப் பெருகத் தொடங்குகிறது

எதிரில் குவியும் கைகள்
நழுவி நகரும் புன்னகைகள்
தட்டுப்படுமோ எனத் தவிக்கும் தெரிந்த முகங்கள்
எனக்கானவையே
பின்னிருந்து உதிரும் சொற்கள் என்னைப் பற்றி

துளைத்தோடும்
தீ நாக்குகளில் சுருள்கிறேன்.

எழுதாத சொற்கள்

உறவுக் கொத்தல்களில்
நொறுங்கிப் போயின பகல்கள்

ஊசிப்பனி இறங்கும்
வளர்பிறை இரவுகள்
மண்விளக்குச் சுடர் பரவிய
என் வீட்டு முற்றத்தில்
நினைவு வெதுவெதுப்பில் அமிழ்ந்தன

எதிர்பார்க்கும் உன்முகம்
காற்றில் அசைகிறது அடிக்கடி

உனக்கு
எழுத முடியவில்லை ஒன்றும்
கலங்கி நாறி
மூச்சு முட்டும்
எழுதாத சொற்கள்

●

பதுங்கல்

திறக்கத் திறக்க அறைகள்
தூசி நாற்றம்
அழுகல் வாடை
இறைந்த பொருள்களின் வெற்றிருப்பு

நீண்ட இந்த வீட்டின்
சுவர்களில் கசியும்
தனிமைத் துளிகளில் மிதக்கிறேன்

கீச்சுக்குரல் பறவைகளின்
பேச்சொலியும்
இருளடைந்த வெளிகளில் அமுங்கின

புழுங்கும் அகால நிசியில்
உன் நினைவுகளை அணைத்தபடி
போர்வைக்குள் பதுங்குகிறேன்
மூலை இடுக்குகளில்
மீசை அசைத்து ஒதுங்கும் பாச்சையென.

●

என் கோபம்

கருகிச் சிறுத்த அவள் முகம்
இப்போது நினைவுக்கு வருகிறது
ஒரு ஆறுதல் வார்த்தையேனும்
சொல்லிவிட்டு வந்திருக்கலாமோ

என் குரலில்
பச்சை மாமிசம் கண்ட நாயின் குதறல்

எங்கெங்கோ
எதையெதையோ
யார் யாரையோ
பொசுக்கிப் பொசுக்கி
என்னையே பொசுக்க வந்து நிற்கிறது
என் கோபம்.

மழைக்கால இலை

மழைக்கால இலை போல
நீர் மிதக்கும்
கண்கள் உனக்கு
என் குரல் துளி உரத்துவிட்டால்
கொட்டி விடும்

எங்கேனும்
பறவைகளற்ற மலைப்பகுதியில்
ஒட்டு மொத்தமாய்ச் சொரிந்துவிட்டு வா
அதன்பின் காட்டு
சினத்திற்குச் சினம்.

அழகின் முழுமை

உன் அழகின் முழுமை
உன் சிரிப்பு

அது
வடுப் பதிந்த கன்னத்தின்
கண்ணீர்த் தடமழிக்கும்
சுற்றி இருக்கும் சுவர் முகங்களில்
வெளிச்சம் பரப்பும்

தீயெனப் பற்றி மாசெரிக்கும்
அதன் நுனியை இதயத்தின்
எந்த ஆழத்தில் செருகி வைத்திருக்கிறாய்
உருவி எடுக்கும் முயற்சிகளிலும்
என் ஜீவனின் ஆசுவாசம்

மாயப்பொடி சிதற
அவிழ்த்துப் பரவவிடு
வெளியெங்கும்
எல்லாம் சரியாகட்டும்.

ஆறுதல்

காரணங்களில் விருப்பமற்றுவிடு
என் தலை கோதும் விரல்களில்
கேள்விகளின் நாற்றத்தை உணர்த்த வேண்டாம்
என் கண்ணீர் நனைத்த உன் துணிகளை
எங்கும் பத்திரப்படுத்தாதே
பதற்றத்துடன் முத்தமெதுவும் தர வேண்டாம்
இருந்தபடியே இரு
உன்னிடமன்றி ரகசியமாய்த்தான்
அழ முடியும் எனக்கு.

•

நிறைமுகச் சாந்தம்

எதற்கும்
வாசல் தாண்டி வெளியேற வேண்டாம் நாம்
இதோ சுவர்களடைத்த நம் உலகம்
முகம் புதைக்கும் முலைக்குவட்டின் கணங்களிலும்
எச்சில் குளியலின் நிமிடங்களிலும்
வாழ்கிறோம்
சட்டை உரித்த உடல்களில்
அன்பின் பூரணம் அறிந்தோம்

இங்கு
விஷ மூச்சுக்கு இடமில்லை
கணக்கிட்டு ஏவும் சொற்களில்லை
விரல்களில் எச்சரிக்கை மணிகளில்லை
நானுமில்லை நீயுமில்லை

விடிவிளக்குப் பொழியும் அமைதி ஒளியில்
கை மீது தலை வைத்துறங்கும்
நிறைமுகச் சாந்தம்
கண்டபடியே இருப்போம்

●

இன்னமும் நீ

விண்மீன்களை அழித்து
ஊரும் கொடூர நிலவைத்
துணையாய்க் கொண்டு
தகிக்கும் பனியிரவை
வெறுமனே கழிக்கிறேன்

மறையும் கணத்திற்காக
என் எதிரில் உறக்கம் காத்திருக்கிறது
புள்ளோசை பரவப் பரவ
நிலவும் உறக்கமும் கரையக் கரைய
இன்னமும் நீ.

●

நாட்கள்

வெட்டுப்பட்ட கால்களை
இழுத்து நகர்கிறது காலை
எப்படியோ தீய்கிறது பகல்
வெறுமை மாரடித்துக்
கதறிப் பற்றுகிறது மாலை
மணலாய்ச் சிதறிய மனசோடு
அழைப்பு மணிக்காய் எழுந்தோடிக்
கண்ணெரியக் கழிகிறது இரவு
நீயற்ற நாட்கள்
ஏதோ போகிறது பொருளற்று.

என் வீட்டுப் பூனை

பூனையிது என்றறியும்படி
மெல்ல என் போர்வை தூக்கி
உள் நுழையும்

மூக்குத்தி மினுக்கொளியில்
நீள் நாக்கால் என் முகம் நக்கி
பால்மணம் கமழ முத்தமிடும்
பின் உடல் சுருட்டி
அடி வயிற்றுச் சூட்டோடு
என் அணைப்பில் படுத்துறங்கும்

சிலவேளை
வேட்டை வாயோடு வந்துறங்கும்
அதன் நக்கலில் மாமிச மணம்
முகச்சுழிப்பில் உறக்கம் கலைகிறது

என் வீட்டுப் பூனையிதற்கு
வேட்டை எப்படி வழக்கம்
அல்லது
என் புலன்களின் கூர்மை
இப்போதுதான் கூடியிருக்கிறதோ

விடியலில் கட்டிலடியில்
இன்னதென்று அறியவியலாமல்
எறும்புகள் மொய்க்கும் எலும்புச் சிதறல்

போர்வை தூக்கி இருளில் நீளும்
முன்னங்கால் நகம் கண்டால்
பதறி மனம் விழிக்கிறது
ஒருவேளை
அதன் இன்றைய வேட்டை மணத்தில்
நஞ்சிருக்கலாம்
நெளியும் பாம்புத் துண்டுடன் வந்துமிருக்கலாம்.

●

மயானத்தில் நிற்கும் மரம்

நிறைநினைவு

காற்று கொண்டு வருகிறது
உன் விரல்களின் மிருதுவான தொடுதலை
இரவின் மௌனம் உணர்த்துகிறது
விலகாத உன் அருகிருப்பை
தூரத்து வெளியில் மிதக்கும் மலை
பேசுகிறது உன் குரலில்
விண்மீன்கள் தருகின்றன
மின்னும் உன் புன்னகையை

மலரும் வேளைகளில்
உன் கண்களைச் சந்தித்து மீள்கிறேன்
எப்போதுமான மழைப் பொழுதுகளில்
உடனிருக்கும் கால்கள் உனதென்று அறிகிறேன்
நெடுத்தூரத் தனிமைப் பயணங்களில்
பக்கத்து இருக்கையில் நீயென
வெளி நோக்கிய உரையாடல் தொடர்கிறது

விரியும் வெற்றுப் பொட்டலின்
ஒற்றைப் பனையே
எங்கே இருப்பினும்
எனக்கான நீ என்னிடமே.

மௌனம்

இரைச்சல்களின் நடுவே
தலைகுனிந்து மௌனமாய் நான்

உறவுச் சொற்கள் அமுக்குப் பிசாசுகளாகின்றன
கோத்து நடந்த விரல்கள் குரல்வளை தடவுகின்றன
செத்தொழிந்த எல்லா மனிதர்களுக்குமான அழுகை
என் தலையில் கொட்டுகிறது
கெக்கலிச் சிரிப்புகள் அந்தரத்தில் விசிறியடிக்கின்றன
பார்வை அனல்கள் இதயக்குருதியைத் தீய்க்கின்றன

எல்லாம் சரி
இது சகிப்பின் மௌனம்
என்னைக் குற்றவாளி ஆக்கிவிடும்
எல்லா முயற்சிகளையும்
பொச்சு மண்ணாய்த்
தட்டி எறிந்துவிட்டு
நடப்பேன் நான்.

●

யோசனைகள்

முடிச்சுகளற்ற திசைகளின் பரப்புகளில்
என் திரிதல் முறிந்தது

கூண்டுதான்
சுற்றிலும் வேலிக்கிளைகள் கையசைக்கின்றன
கடிகார முட்களில் சங்கிலி கோத்தாயிற்று
என்றாலும்
எனக்கென்று ஓர் உலகம்

வெதுவெதுப்பான எத்தனையோ கணங்களை
அதற்குள் கழித்துவிட்ட பின்
யோசிக்க நேர்ந்திருக்கிறது
தேட வேண்டிய நெல்மணிகள்
இருப்பிட அகல நீளம்
மோதி விழும் சிந்தனைத்தூரம்
கால் கடக்கும் அபாயக் குழிகள்
கரிப்பந்தாய் முகத்திலறையும் தூரத்திருள்
எப்போதுமே சட்டை செய்திராத
என் அப்பா அம்மாவின் புலம்பல்கள்
பற்றி.

•

விட்டுவிடு

எங்கும் பறந்துவிடாமல்
என்னைப் பிடித்து வைத்துக்கொள்ள
விரும்புகிறாய் நீ

என் இதயத்தின் எல்லா அறைகளிலும்
நீயே நிரம்பி இருக்க வேண்டும்
என்னும் விருப்பத்தையும் நானறிவேன்
என் சட்டைக் காலரில்
நீ மாட்டிவிட்ட கொக்கிகள்
எப்போதும் இழுத்த வண்ணமிருக்கின்றன
எங்கும் நான் தங்கிவிடாமல்
உன்னை நோக்கி விரட்டியபடி
உன் கரிய விழிகள் கூடவே வருகின்றன

உன் கண்ணீர்த் துளிகளின் வாசம் நிரம்பிய
கைக்குட்டையை
என் பையில் வைத்து ஏன் அனுப்புகிறாய்
உன்னைப் போல் எனக்கு
உணர்த்த முடியாமலிருக்கலாம்
நம்பிக்கையூட்டும் வெறும் சொற்களையும்
நான் உதிர்க்கவில்லை

விட்டுவிடு அனைத்தையும்
உன்னிலன்றி நிலைப்படாதது என் மனம்

கேள்விகள்

மாத வலியைவிட
அதிகமாயிருக்குமா
கால் அடிபட்டு
சீழ் ரணம் கொண்டபோது விடவா
கூடுதலாய்க் கதறுவேன்
மலம் கழிப்பது போல் சுலபம்
என்ற டாக்டரின் வார்த்தை உண்மையா

எப்படியிருக்குமோ
மறந்து போச்சுடி
என்கிறாளே அம்மா
மறக்கிற அளவுதான் இருக்கும்
இல்லையா

நீ குரல் நடுங்கிக் கேட்கும்
கேள்விகளுக்கு என்ன சொல்வேன்
'பயப்படாத
ரொம்ப ஒன்னும் கஷ்டமா இருக்காது'
போன்று
மொண்ணைச் சொற்களையே
கோக்கிறேன் நான்.

●

கால் சொப்பும் புழுக்கள்

தோல்கழிவு ஆறோடும் இந்நகரில்
நாற்றச் சுவாசம் தாங்கி
வந்தாள் எங்கள் பெண்

சேதி சென்ற திசைகள்
இருள் தரித்தன
கேட்ட இரவு முழுக்க
அம்மாவின் கண்ணீரும் ஒப்பாரியும்

பெண்ணே அதிர்ஷ்டம்
விடு விடு விடுவிடு எனச்
சுற்றக் கத்தல் செவியெங்கும்
'சேமிக்கும் யோசனைகள்'
இலவசப் பட்டியலும் நண்பனின் மனைவியும்
'சுதந்திரமற்ற இன்னொரு உயிர்'
கறுப்பு பூசிய இலக்கியக் கடிதம்

கால் சொப்பும் புழுக்களென
உதறி எறிகிறேன் எல்லாவற்றையும்
என் முகத்தில் தேடும்
அவள் பார்வையையும் சேர்த்து

●

வரலாம்

வாய்வைத்து முத்தம் கொடுத்தோ
(கூடாது என்கிறார் டாக்டர்)
சிறுபுன்னகையால் பெருமைப்படுத்தியோ
விரல்நுனி பட்டதும்
துள்ளிவிழும் கூருணர்வை ரசித்தோ
இறுக்கி மூடிக் கொள்ளும்
நீள விரல்கள் பிரித்துக் கைகுலுக்கியோ
(தயைகூர்ந்து பணம் திணிக்காதீர்கள்)
கீச்சுக்குரல் அழுகைக்குக்
காரணம் கேட்டோ
வரலாம்
என் பெண்ணுக்கு வரவேற்புச் சொல்ல
மனசிருப்பவர்கள்.

●

வரும் போகும்

காற்றூதிய தசை கொண்டு
நொறுங்கிய எலும்புகளை மறைத்தபடி
வந்துசேரும் உன்னிடம்
இந்தப்பை

பிதுங்கும் பொருள்களைக் கணத்தில் கலைத்தெறிந்து
நிறைந்திருக்கும் அன்பின் கைப்பிடித்து நடப்பாய்
ஊரும் நிலாக் காட்டுவாய்
உதிரும் விண்மீன் கண்டு முகம் புதைப்பாய்
தென்னை இருள்பூதம் விழுங்கும் கதைசொல்லி
அச்சம் கொள்வாய்

அனைத்தையும் அடக்கி வரைந்த
உன் கோட்டுச் சித்திரங்கள் காட்டி அழிப்பாய்
முடிந்தவரை தூங்காமல் இரவோட்ட முயல்வாய்
ஆயினும்
விண்மீன்களே விழித்திருக்கும் போதில்
மார்பில் தலைபுதைத்து விளையாடும் நிமிடத்தில்
இதயத் துடிப்பு மாறும் இடைவெளிக்குள்
உறங்கிப் போவாய்

கண்ணே
மெல்லத் தலை நகர்த்தி அணை கொடுத்து
உறங்கவிட்டு
இருள் விண்ணில் சுருங்கி மறையும்
இந்தப் பை
எலும்புச் சிதைவுகள் இணைந்திருக்கும்
காயாத உன் முத்த மருந்தில்.

•

சருகு மூடிய மனம்

மங்கலாய்த் தோன்றுகிறாய் இன்று
கண்ணுள் கனவாய் விளைந்த பொழுது
ஒளிர்ந்த வண்ணக் கலவைகளை வாரி இறைத்து
அழிந்துவிட்ட ஓரக் கோடுகளை எடுத்தெழுதிச்
சித்திரமாக்கிவிடப் பார்க்கிறேன்

வியர்த்து ஊற்றுகின்றன தூரிகை நார்கள்
மகிழ்வின் நீர்ப்பரப்பில் மிதந்த
இரவின் ஏதோ ஒரு கணத்தில் உதித்து
உதிர்ந்துவிட்ட கவிதை வரிகளை
நாளெல்லாம் எண்ணிக்
கோத்துவிட முயல்கிறேன்
அகப்படாது நழுவுகின்றன புகைபடிந்த சொற்கள்

காய்ந்த மரக்கோல்களினூடே பரப்பிக் கிடக்கும்
சருகு மூடிய வெற்று நிலமாயிற்று மனம்
ஆயினும்
வற்றிய உடல் கொண்டோடும் முயலின் கண் உயிர்ப்பாய்
உன்னைப் பற்றிச் சொல்ல ஒன்று

எப்போதும் நினைத்திருப்பதையும்
எப்போதேனும் பார்க்கத் துடிப்பதையும் தவிர
வேறொன்றையும் வேண்டாதது உன் அன்பு

புதிர்வழிப் பாதை

எப்போது தொடங்கினாய் தெரியாது
எப்போதும் போட்டுக்கொண்டே இருக்கிறாய்

புள்ளிகள் கோடுகள் வண்ணங்கள்
வானம் விரிந்த வாயில்

அடர்மரக் கானகம் இலைமறை பறவைகள்
காலடி தழுவும் நெளியலைச் சுழற்சி
பனையளவுயரும் முகங்கள்
விரல் தூரிகை விரிக்கும் கோலங்கள்
பேச்சு குளியல் சமையல் அன்பின் வருடல்
எதில் இல்லை
எல்லாவற்றிலும்
துளியள்ளிய விரல்நுனி தொடங்கி
அறை வீடு வாசல் நிறைவுற்றுச் சாலைக்கும்

புதிர்வழிப் பாதையைப் பென்சிலால் கோடிட்டுக்
கண்டடையும் குழந்தையைப் போலச்
சந்துகளில் நுழைந்து நுழைந்து வருகிறேன்
கால்விரல் பட்டு ஓரம் கலைந்திடினும் கோபிப்பாயோ
பறவைக் கண்களில் ஒளிந்திருப்பாயோ
உன் செவிகளில் விழும்படி புகழ்மொழிகளை
வாரி வாரி வீசிக்கொண்டே
எச்சரிக்கையாய்க் கடந்துன்னை நெருங்குகிறேன்

உடல் மனம் உடையெங்கும்
வரைந்து நிரப்பும் உன்னைக் கண்டஞ்சுகிறேன்
என்றேனும் நான்
நுழைவழி அடைப்பைக் கண்டடைய இயலாமலோ
தட்டித் திறக்க வலுவற்றோ
குரல் உயர்த்தி அழைக்க முடியாமலோ
வெளியிலேயே நின்றுவிட நேருமோவென.

•

கடவுளின் பீடம்

காலியாயிருக்கிறது
எப்போதும் இப்படி இருந்ததில்லை

வெகுகாலம் கடவுள் இருந்தார்
கடவுளின் பீடம் என்பதே பெயராயிற்று
மெல்ல மேலெழும்பிக் குசு விடக்கூடக்
கடவுளை அனுமதித்ததில்லை நான்

பின்னொரு நாள்
அவர் எழுந்து திருடனைப் போல்
திரும்பித் திரும்பிப் பார்த்தபடி ஓடினார்
தடுக்கவில்லை நான்
நெருக்கிய காற்றுக் கட்டுகள் நெகிழ்ந்தோடச்
சூன்யத்தின் கண்காணிப்பிலிருந்து விடுபட்டேன்
அவரும் அப்படியே உணர்ந்திருக்கலாம்

ஆயினும் காலியாகவில்லை
தற்காலிகமாயிற்று
புனிதப் பாசுரங்களுடன் அம்மா
மந்திரக் கைகளுடன் தலைவர்
நண்பர் ஆதர்ச எழுத்தாளர்
ஒரே கனவைத் திரும்பக் கொணரும் தோழி
கற்பூரம் எப்போதும் எரிந்தபடியே

இக்கணம்
அனைத்தும் உதிர்ந்து
காலியாயிருக்கிறது
கவரிகள் ஓய்வெடுக்கின்றன
துதிப்பாடல்கள் சரணங்கள் ஆரத்திகள்
எந்த வாசனையுமில்லை

ஏதாவது செய்யலாம்
தருணமிது
என்னுள்ளே இரு குரல்கள்

ஒன்று: உடைத்தெறி உடைத்தெறி
பீடத்தை உடைத்தெறி
இரண்டு: தருணமிது தருணமிது
ஏறி உட்கார்ந்துகொள்.

•

கொடிமாடச் செங்குன்று

அசையும் பொம்மைகள் உதைத்தெறிந்து
வானத்தில் விரிகிறேன்
சுண்டியிழுக்கும் அரைஞாண் கயிறறுந்து
வெளியில் ஒரு புள்ளி
தொடர்வதற்கோ தொடர்ந்தோ எதுவுமில்லை
மேகமொரு கனவாய் மிதந்தோடுகிறது

தலை திருகும் வலியில்லை
காலுடைக்கும் நடையில்லை
திருப்பங்கள் கொண்டு குழப்பும்
தார்ச்சாலை வழிகளில்லை
உள்ளங்கை பிரித்துக் கதிர் தேடும்
பிஞ்சு அலகுகள் ஏதுமில்லை

புகை நுகரா நாசி
இரைச்சலற்ற செவி
கரி படியாக் கண்கள்
சொல் புனையா உதடுகள்
உற்பத்தி செய்யா இதயக் கேந்திரம்
கூர்மலை உச்சியில் கிழிபடும்
கழுகின் இறகுகளில் ஒன்று

செம்பாறை படரும்
நீர்த்தாரைக் கருங்கொடி பற்றிக்
காற்றின் விசை கூடிய
உச்சந்தலை மிதிக்க ஏறுவேன்
மீண்டும்
மீண்டும் மீண்டும்.

•

எதிரி

உனக்காகத்தான்
களம் தயார்செய்து காத்திருக்கிறேன்

கொடூரத்தின் புன்னகை படர்ந்த உன்முகம்
எந்நேரத்திலும் என்முன் தோன்றலாமென
இமைக்கா எல்லைமுனி போல்
இரவெல்லாம் விழித்திருந்தேன்
உன் குரூரத்தின் ரத்த ருசி பார்க்கும் முன்
துருவேறிவிடக் கூடாதென
ஆயுதங்களை அடிக்கடி பரிசோதித்தேன்

விஷம் பொதிந்த உன் கழுத்தைக் குறிவைத்துப்
பலகாலம் பயிற்சி எடுத்தேன்
சவாலுக்கு அழைக்கவெனக்
கூர் தீட்டிய சொற்களைக் கண்டெடுத்து
அறையெங்கும் நிரப்பியிருந்தேன்

விருந்து இல்லங்களுக்குச் செல்லும்போதும்
உன் துரோகத்தின் கண்கள் எங்கிருந்தும் பாயலாமெனக்
கவசம் தாங்கியபடி உலவினேன்
தனிமையின் பொழுதுகளில் நீயே துணை
உன் உயிர்த்துடிப்பைக் கண்டு குதூகலித்திருந்தேன்
மனமெங்கும் பல கோணங்களில் எழுதப்பட்ட
உன் சித்திரங்களின் பூதாகரம்
எதிர்ப்படலின் திசை நோக்கிய கற்பனை

சாவகாசமாய் வருவாயெனில்
தேர்வு செய்யும் விருப்பத்தை
உனக்கே விட்டுவிட இருந்தேன்
ஆனால்
என்ன செய்வேன் உன்னை
என் கழிவோடு புரண்டுருண்டு
போராடிச் செல்லும் மலவண்டே.

•

கோமுகி நதிக்கரைக் கூழாங்கல்

இவை
நடுவிண்ணின் அந்தர மிதப்பில்
சிதறி வீழ்ந்த எரிகற்கள்
பெருகும் நீர்ச்சுழற்சி அணைப்பில்
குளிர்ந்து கிடக்கின்றன

படர்ந்தேறிய தகிப்பின் விஷம் நழுவும்
மணற்கரைக் காட்சி
நெஞ்சோலம் தணிக்கும் நீர்த்தாளம்
செங்குழம்பு மண்படிவின் குளிர்வருடல்
விரல் நீண்டு மறைக்காத பனிவெளி
பேச்சின் வீச்சமற்ற ஏகாந்த ராஜ்யம்
மீண்டும் மீண்டும் தழுவிச் செல்கின்றன
புதுப்புது நீர்த்தாரைகள் குளிரூட்டி

சொல்லமுங்கிய நாவுகளின் கதறல்
தயங்கிய கால்களின் பயப்பதற்றம்
அன்பின் அவஸ்தை
காதலின் குரூரம்
சுருக்கிடும் வாழ்வின் வெம்மை
ஏதுமில்லா உன் மடிக்கு
கோமுகி நதியே
இதோ இன்னுமொரு கல்.

•

பழக்கமற்ற தெரு

கொத்தும் குரலொலிகள்
ஒளிவர்ணப் பாய்ச்சல்
கோத்திழுத்துக் கொண்டுசெல்லப்
போட்டியிடும் நீள்நக விரல்கள்

மங்கிய பொலிவில் எழும் சீட்டுராணிகள்
இசைகூடி அதிரும் காற்று
மொய்க்கும் இடையறா நிகழ்ச்சிகள்

சிரிப்பலை அதிர்வுகள் விண்எறிய முனையும்
பாச்சைகள் அக்குளில் மெலிந்த மீசை நுழைக்கும்
பீர்நெடி இரைந்த துகள்களினூடே
குடைந்து புகும்
மூளை மனம் சொற்புழுக்கள் அரிக்கும்

கூட்டத்திலிருக்கிறேன் எப்போதும்
பழக்கமற்ற தெருவுக்குள் புகுந்துவிட்ட
நாயெனக் குறுகி வாலிடுக்கி.

•

உயிர்ப்பாறை

கடைசியாய் வந்து சேர்ந்தேன்
என் பாறைக்கு
அடித்துக் கிடத்திய சடலமென முகம் திருப்பிக்
குப்புறக் கிடக்கிறது இது

நீருறங்கும் பாழி மூச்சுக்குழிகளும்
தலை நீட்டிப் பார்க்கும் பிரண்டைக் கொடிகளும்
குழந்தை ஜென்மக் காலங்களிலாயின
கதிர்ச்சாட்டை வீச்சுகளில் அலறிப் பொசுங்கும் மேனி
இடுக்கில் கைவிரிக்கும் மரநிழல் தவிர்த்து எங்கே போவேன்

தானியக்கோல் மயிர்களை வழித்து வீசிய மூளி
பின் ஒளியும் உயிர் நாற்றம்
பாறைப் பல்லிகளின் மல்லாந்த உடலங்களைக்
கை கொள்ளாமல் பொறுக்கிச் சேர்க்கிறேன்

முயல்கள் படுத்துறங்கிய மடியெங்கும்
துருவேறிய இரும்புக் காயங்கள்
கோரப் பல்லிளிக்கும் வெளுத்த குழிகளில்
காய்ந்த பீ அடைகள் பன்றி உறுமல்கள்
விளக்குக் கூடுகளின் ஓட்டுச் சிதிலங்கள் மிதித்தேறி
கருப்பண்ணசாமி நடந்தேகிய வெப்பத்தடம்

நாற்றக்காற்று ஓலமிடும் வானம்
எங்கே என்பாறை எங்கே என்பாறை
ஆழப் புதைத்துக் கூச்சலிடுகின்றன
சாலை பழகிய கால்கள் கூசி.

●

எஞ்சும் கண்ணிகள்

வலை சிக்கி
நான் கிடக்கும் இருளிரவில்
வலையறுக்க விரல் கேட்டு அழைப்பேன்
அவனை அவளை அவர்களை
வழியே புன்னகைத்துப் போகும்
எவரையேனும்

அறுபடப்பட
கை உதறிக் கால் நிமிர்த்திக்
குதூகலித்தெழுவேன்

ஆயினும்
ஏதோ மூலையிலிருந்து
கீழிழுக்கும்
எவ்விரலுக்கும் அறுபடாது
எஞ்சும் ஒன்றிரண்டு கண்ணிகள்

●

இரங்கற்பா

இறக்கை விரித்த ஆளண்டாப் பட்சி அது
சில நொடிக் காற்றொன்றில்
வேர் பெயர்ந்து வீழ்ந்ததா
நிழல் அடைத்த விஸ்தீரண பூமியில்
ஆண்டாண்டு கடந்து
வெயிலின் ஊடுருவல்
கண்கள் கூசுகின்றன

பல் துலக்கப்
பால் வடியும் விழுதறுக்கையில்
அண்ணாந்து பார்த்திருக்கிறேன்
சடை புரளும் காளி
அச்சத்தின் பிரம்மாண்டம்

கை நீட்டி வெளி நிரப்ப முயன்ற கனவு அது
நெளிந்து மேலோடும் கிளைகள் பற்றி
உச்சானிக் கொம்பேறி
அசைவில் ஒடுங்கிற்று மனம்
சலசலக்கும் இலைச் சிரிப்பில்
அதன் பழமாய்ச் சிறுத்தது நான்

எல்லாப் பறவைகளின் எச்சங்கள் மூடிய
ரகசியப் பரப்பில் பதிந்த என் கால்களில்
நடுக்கம் மீறிய பெருமிதப் பொலிவு
காலத்தின் சவால்
பூமியின் மடக்கிய முஷ்டி
காற்று அடிபணியும் கருவறை

பிரமித்த எண்ணங்களின் கிளையுள் புகுந்து
இருள் தேக்கிய அடிமரம் உதைத்தெறிந்தது
காற்றின் அகங்காரம்

என் கோபம் காற்றின் மீதல்ல
மண் தொட விடாமல்
கால்களை ஊனப்படுத்திய
விரல்கள் மீது.

●

மின்சாரமற்ற இரவு

கண்டடைந்தேன்
இரவேயான இரவொன்றை

கவியும் அடர்இருள் தொடுகையில்
இழப்பின் தருணங்கள் குறித்த ஏக்கம்
மூலையில் பயந்தொளிந்த இருள் துணுக்கையே
இரவென்று எத்தனை காலம் ஏமாந்தாயிற்று
நட்சத்திர ஒளிக்கூட்டின் அழைப்பில்
பால்யத்தின் வயல்வெளி விரிகிறது

காதுகளில் மோதும் காற்று
ரீங்காரங்களின் புதையல்
கரைந்து கலந்த மரங்கள் அச்சத்தின் சவால்
மின்மினித் தோழமைச் சிறகுகளில் பயணம்
உடைச்சுமை களைத்தெறிந்த நிர்வாணம்

உயிர் விடட்டும் இந்த மெழுகுவத்தியும்
பல்நிற நாக்குகளால் தடவித் தடவி
விடிவிளக்குகள் தின்றுவிட்ட
கனவுகளின் எச்சத்தையும் இனிப் பெறுவேன்.

●

மயானத்தில் நிற்கும் மரம்

சாலையறியாக் காலம்

முடிவற்ற இதன் தூரப்புள்ளிகள்
எப்போதும் நம்மை இணைத்திருந்தன

எனது கால் மிதித்திருக்கும் நீட்சியில் உனதும்
நினைத்த நொடியில் உனது மெலிந்த குரலைச்
சேர்க்கும் என்னிடம்
முகம் காண விரும்பினும்
இரவொன்றில் வீசிவிடும் உன்னருகில்
எப்போதாவது அமையும் சந்திப்புகளில்
பேசி மாளாது இதன் மகத்துவம்

ஆனால்
கொண்டு வந்து சேர்த்தது
உன் குரலையில்லை குரல் மடிந்த சேதியை
உன் முகத்தையில்லை முகம் புதைந்த மண்மேட்டை
குருதித் துவாரங்களைப் புன்னகை கொண்டடைக்கும்
சுருங்கிய உன் உள்ளங்கை வருடலையில்லை
அனாதியாய் விரியும் வெற்று ஆகாயத்தை

கடைசியாய்க் கண்களில் மிஞ்சியது
உன் மடிபுரண்டு முதுகேறிக் குதித்தாடிய
சாலையறியாக் காலம்.

●

ஏன்

ஏன்
தலை தாழ்த்தி நிற்கிறீர்கள்
கிரீடம் சூட்டும்
காலமில்லை இது.

●

அழையா வருகை

போகிறபோக்கில் அனுமதியின்றித்
தூசிகள் படர்ந்த
உன்னறைக்குள் நுழைந்துவிட்டேன்

சிலந்திகளில்லாக் கோணல் மூலைகளும்
பாடம் பண்ணிய பல்லிகள் ஒட்டிய சுவர்களும்
எரிநாற்றப் புத்தக அடுக்குகளும்
காய்ந்த தேநீர்க் கோப்பைகளும்
என் கணநேர நுழைவில்
அசைவு கொண்டிருக்கலாம்
புதைமௌனம் என் நகர்த்தலில்
கிரீச்சிட்டிருக்கலாம்

நடுங்கிய விரல்களைக் கோத்துக் கொண்டு
முயன்ற என் பேச்சின் எதிரொலிகளே
பதிலாகக் கிடைத்தபோதும்
தூர் விட்ட ஓசையும் அதில் கலந்திருக்கலாம்
எதையும் நான் திட்டமிட்டுக் குலைக்கவில்லை
மரத்த உன் விரல்களைப் பற்றிக்
குலுக்குவதே என் ஆசை

அழையா வருகையின் அசௌகரியப் பதிவுகள்
எதிலும் வேண்டாம்
என் சுவடுகளைத் தூசிகள் மூடிவிடும்.

●

பெருமாள்முருகன்

புனரமைப்பு

என்னிடம் விட்டுவிடு
புனரமைத்துத் தருகிறேன் இவ்வீட்டை

முதலில்: தாழ்ப்பாள் பூட்டுகள்
சங்கிலிகள் கொக்கிகள்
அனைத்தையும் பிடுங்கி வீசுவேன்
காற்றில் விளையாடும் கதவு சன்னல்களை
சுவர்களில் அவை அறையும்
உக்ரத்தின் ஓசையைக் காணலாம் நீ

அடுத்து: கதவுகளையும் சன்னல்களையும்
கழற்றி எறிவேன்
காற்று உள்ளோடிச் சுவர்களில் மோதி
மூக்குடைந்து கதறும் ஊளையைச்
சதுர செவ்வகங்களில் இறுகிக் கிடக்கும்
வெளிச்ச ஓலத்தைக் கேட்கலாம் நீ

பின்: சுவர்களை இடித்து நொறுக்குவேன்
அறைகளுக்குள் எல்லாவற்றையும் அடக்கிவிடும்
உன் மமதை முறிபடுவதைத்
தூர்ந்து விழும் தூசிச் சிதறலில்
உள்ளக் குறுகலின் பிசுபிசுப்பை அறியலாம் நீ

பிறகு: நொறுங்கல்களின் மேலேறி
காற்றுவெளியில் கரைந்து போகவோ
குளுமையேறிய மண் படிய
கால் நடந்து திரியவோ விரும்புவாய் நீ

•

அசைவு விதிகளைத் தெளிவாக்குக

இன்னமும் தெரியவில்லை எனக்கு
உன்னிடம் எப்படி நடந்துகொள்வதென

நீ உள் நுழைகையில் எழுந்து நிற்பதா
உட்கார்ந்துகொண்டிருக்கலாமா
உன் மீசை விரியும் அகலங்களுக்கேற்பப்
புன்னகைப்பதா பேச்சேதும் தேவையா

நீ வழங்கும் காகிதங்களைப் புரட்டுகையில்
வசதியாகச் சாய்ந்துகொள்ளலாமா
நாற்காலி நுனிக்கு வந்துவிட வேண்டுமா
நழுவிய உன் கைக்குட்டையை
எடுத்துத் தருவதா நீயே குனிவாயா

என்னிடம் நீ கேட்பது ஆலோசனையா ஆமோதிப்பா
பாராட்டவும் திட்டவும் உன் அழைப்புமணியில்
ஏன் ஒரேவிதமான ஒலி

வெறுமையான உன் காலாட்டலில் ஒதுங்கும்
காற்றிலும்கூட எனக்கேதேனும் ஆணை இருக்கிறதோ
உன் புருவ நெரிப்பில் உதிரும் அர்த்தச் சிடுக்குகளை
நாளெல்லாம் பிரித்துக்கொண்டேயிருக்கிறேன்

ஓயாத என் நடுக்கம் உணர்கிறது
குழப்பும் சமிக்ஞைகளில் கட்டுப்பட்டுத் தொங்குவதே
அந்தர நாற்காலிகளின் விதி
எனினும் மீண்டும் மீண்டும்
பணிவும் தாழ்மையுமான ஒரே ஒரு வேண்டுகோள்.

●

வருகை

இப்போதில்லை
வேனில் துளிர் போல
உன் வருகை தரும் குதூஉகலம்

எப்போதென்று அறியவியலாத
வழிப்போக்கனாய் எதிர்ப்படுவாய்
தயாரிப்பற்ற முகம்
புள்ளியில்லாத பேச்சு
திட்டமிடாத செயல்கள்
கரைந்தேகும் இரவு

உன் வருகை கோடை மழை
மொட்டைப்பாறைப் பாழிகள்
சிரிப்புத் துளிகளில் நிரம்பும்
தலைதூக்கிய பிரண்டைக் கொடிகள்
அன்பு வருடலில் குளிரும்
இலக்கற்ற வாழ்வின் கதி சமைத்த பிணைப்பு
விடுபட விரும்பாத இன்பம்

வருகிறாய் இன்றும்
மணியோசை முன்னறிவிக்கும் அவசரத்தோடு

வெந்நீர் கொட்டித் துடிக்கும் கால்கள்
தேன் தடவிய நாக்கு நுனி
கடிகார முள்ளில் நகரும் மனம்
நான் உன் குப்பைக் கூடை

அறைச் சுவர்களில் மோதிச் சுழன்று
சொற்கள் உடைகின்றன
விடை பெறும் கையசைவின் முன்னே
வழுக்கும் கருஞ்சாலை
கூச்சல் மிஞ்சித் தலை துளைக்க
விட்டுச் செல்லும் நோய்ப் பதிவு

நல்லதினி
ஒரே ஒருமுறை விடைகொள்ளல்.

●

மழைக்காலத் தவளைகள்

பாதம் தொட்டுக் கும்பிடுகிறது ஒன்று
கையேறிக் கத்துகிறது ஒன்று
சட்டைப்பைக்குள் அடங்கிக்
குரலெடுத்துக் கெஞ்சுகிறது ஒன்று

தோள் மீதிருந்து
காதடைய முயல்கின்றன சில
தலைமுடி கோத
மயிரணுக்களில் நுழைகின்றன சில
ஒவ்வோர் அடிவைப்பிலும் பிதுங்கிச் சிதறி
ஓலமிட்டுக் கையேந்துகின்றன சில

புல்லின் ஓரிலை விளிம்பு
கல் சிறுதுளை போதும் ஒளிய
நீர் உதைத்து நீந்த
நிலம் அழுத்தித் தாவக் கால் துடுப்பு
இடுக்கும் அறியும் பிதுங்கிய கண்கள்
ஏதும் படியாப் பிசுக்கு மேனி
ஒரே சப்தமிடும் கிழிந்த வாய்
வெளி முழுக்கப் பெருக்கம்
கடிக்காது குதறாது துரத்தும் கும்பல்

தப்பி வீடடைந்து அறை பதுங்கினும்
குப்பை மூலையில் இருந்தொன்று
கண் மூடி மூச்சு விடுகையில்
வியர்த்த மூக்கு நுனிமீதும் ஒன்று

●

பெருமாள்முருகன்

கூடு பாய்தல்

திறந்து கிடக்கும் இவ்வனமலைக்குள்
எளிதில் நுழைந்து செல்வேன்

நெடிதுயர்ந்த மரக்கால்களினூடே
புகுந்து புகுந்து குழந்தையென
விளையாடித் திரிவேன்
சரிந்தோடும் ஓடை நீரில்
கூழாங்கல்லாய் உருண்டு புரள்வேன்

ஒளி வடிக்கும் பந்தல் கொடிகளில்
சிவந்துருண்ட பழமொன்றாய்த் தொங்கி நிற்பேன்
சருகுகளில் புதைந்து
செங்குடைக் காளானாய் மேலெழுவேன்

காட்டெருமை வளைகொம்பு நுனியாகிக்
கையசைப்பேன்
மண் கவ்விய புல்லாவேன்

மணமற்றுச் சடைத்திருக்கும் மலர்க் கொத்தாவேன்
கை விரித்தேந்திக்கொள்ளக் காத்திருக்கும்
பள்ளத்துப் பசுமைக்குள் குதித்தோர்
மரக்கிளையாவேன்

கூடவரும் உங்கள் கண்முன்பே
சாலை கடந்தேகும்
சின்னஞ்சிறு விலங்கொன்றாய்ப்
புதருக்குள் மறைந்துபோவேன்.

•

மயானத்தில் நிற்கும் மரம்

மயானச் சாலை

பூ மூடிய வழியே
நடக்கிறேன் கால் சிலிர்க்க

அடைத்த காதில்
முன்னோடும் ஆட்ட விசில் ரீங்கரிக்கிறது
பின்னேகும் தளர்நடைகளில்
உன் இருப்பின் விசாலம் விரிகிறது

வெந்து போயிற்றென் கண்ணீர்
செத்ததோ குரல்
மிதிவண்டிப் பயணங்களில்
சொல்லிறைத்து நடந்த பொழுதுகளில்
கை வேரோடிய தேநீர்க் கோப்பைகளில்
ஒளிரும் சிகரெட் கங்குகளில்
சுற்றொலி மறந்து கலந்த சிரிப்புகளில்
எப்போதும்
எப்போதும் முடிந்ததில்லை

நிற்கும் போதும் கடக்கக்
காலடியில் முளைத்தோடும் நீளச்சாலை
அதுவில்லையா
மயானத்தில் முட்டும் இது
நீளுமா ஓரடி
இன்னும் ஓரடி.

•

மனு

ஐயா
இதற்கெனவே காத்திருப்பவன் நான்

உம் விதிகளால் பிசைந்தமைந்த உருவம்
செதில்களையும் முள் முடிகளையும்
திரும்ப முளைவிடா வண்ணம்
மழித்தெறிந்த மொட்டை மேனி

இடையில் ஓடிடுவேன் என்றோ
முகத்துக்கெதிரே விரல் நீட்டிடுவேன் என்றோ
பயம் வேண்டாம்
முடமான கைகால்கள்
(இணைப்பு: சான்றிதழ்)

கட்டளைக்கேற்ற ஐந்தாறு ஓசைகளைத் தவிர
மொழியென்று ஏதும் என்னிடமில்லை
அமரவும் படுக்கவும் இடம் கேட்டு
ஒருபோதும் பணிச்சுணக்கம் நேராது

எந்த மூலையிலும் கிடந்துகொள்வேன்
இன்னும் எவ்விதத்திலும் பரீட்சித்துக்கொள்ளலாம்
இதற்கெனவே காத்திருப்பவன் நான்

தாமதியாதீர்
ஆணையை விரைவில் அனுப்புவீர்
சங்கிலி பிணைத்த தண்ணீர் டம்ளராக.

எதிரெதிர்

நிலா இரவொன்றில் எதிர்பார்த்திருந்தேன்
அடர்இருளின் வெண்கறையாய் வந்திருக்கிறாய்

முகக்கூடு விரித்து ஏதேனும் சொல்
நகம் பெயர்ந்ததால் பயணம் தடைபட்டதான
சமாதானங்களையோ
வரிந்த எழுத்துச் சேதிகள் வந்து சேராத
வியப்புகளையோ
மூச்சோசை மேலேற்றி விரி

சதுர நடைபழகல் பற்றியோ
புழுக்கை வீச்சச் சுவாசம் குறித்தோ
பொய் மினுங்கும் கண்களின் நெளிசிரிப்போடு
மௌனத்தின் பிகு அடைப்புகளைத் திற

விரல் வெப்பம் பற்றிக்கொள்ளும் தவிப்பில்
ஒளிரும் கண்களை மறைத்து
ஒட்டடைச் சாளரங்களில் என்ன தேடுகிறாய்

எப்போதும் போல் கரைந்தேகி விடாதே
எதிரெதிர் அஸ்திரங்களாய் மோதிச் சிதைவுறினும்
பரஸ்பரம் பரப்பி வைக்கலாம் வா.

●

தார்ச்சமாதி

ஊரும் கிளைத்தடங்கள் மீது
வந்திறங்கியாயிற்று
கால்களில் புழுதி தோயாச் சொர்க்கக் கம்பளம்

இனி
மாயக்கை கொண்டு
கூரைத் தூசிப்படிவுகள் துடைத்தெறியப்படும்
மேனி மண் அழுக்குகள்
அமிலக் கரைசல் முக்கித் தோல் பளபளப்பாக்கும்

தாவர நாற்றம் கமழும் கைகளை
வெட்டுக்காயங்கள் உமிழும் ரத்தப்பெருக்கைக்
கழுவிக் கழுவிப் புகை பெய்து நறுமணமூட்டும்
பிள்ளைகளைத் திணித்தேற்றி
அற்புதங்களுக்குள் அழைத்துச் செல்லும்

வாய்த் துர்நாற்றத்தை இரவு முழுக்க எதிர்க்கும்
அறிமுகமாக்கும்
கனவுகளில் கண்டுகொண்டிருந்த
அவர்களை எங்களுக்கும் எங்களை அவர்களுக்கும்

உருள்கின்றன எந்திரங்கள்
சாக்குப்பை புதைகால்களுடன்
அழைக்கின்றன மந்திரக் குரல்கள்
நமக்கு நாமே நமக்கு நாமே

உருவி எறிந்த
பழுப்பேறிய கோவணத் துணியெனக்
காலடிச் சுவடுகளின் கதறலை அமுக்கி
மண்ணின் மூச்சடைத்து எழும்புகிறது.

●

மயானத்தில் நிற்கும் மரம்

நீர் மிதக்கும் கண்கள்

நீர் மிதக்கும் கண்கள்
பெருமாள்முருகன்

எனது வீடு

எல்லோரையும் அழைக்கிறேன்
எனது வீட்டிற்கு

நீங்கள் பார்க்கலாம்
சிலசமயம் கீற்று நுனிகளில் தொங்கும்
எனது வீடு
சிலசமயம் அடர்இலைகளின் நடுவில்
மறைந்து கிடக்கும்

பட்டுப்போன மரங்களைப் பார்க்காமல்
கடந்துவிடாதீர்கள்
சிலசமயம் அதன் பொந்துகளாகும்
எனது வீடு
தானியக்கதிர் செழித்த தட்டைத் தோகைகளில்
சிறுத்துக் கிடக்கும்

கூட்டிய கற்களுக்கிடையே உற்றுப் பாருங்கள்
மண்ணிலும் எனது வீடு
எளிய பின்னலால் ஆனது

உள்ளே நுழையும் நீங்கள்
வீட்டைச் சுற்றிலும் வீட்டிற்குள்ளும்
கண்ணோட்டிவிட்டு
அதிருப்திப் பெருமூச்சோடு திரும்பிச் செல்கிறீர்கள்
பலசமயம் என் வீட்டைக் கடந்தும் போகிறீர்கள்

உங்களை வரவேற்று உபசரிப்பது
எப்படி எனத் தெரியாமல்
உங்களுக்காக உருவான வீட்டிலிருந்து
வருந்திக்கொண்டிருக்கிறேன்.

●

மயானத்தில் நிற்கும் மரம்

இந்தச் சாலை

நிலவொளியில்
போய்க்கொண்டிருக்கிறது சாலை

தரையிறங்கிய மேகக்குவியல்கள்
மலைகளாய் எதிர் நிற்கின்றன
நிலமெங்கும் நீர்த்தெப்பங்கள்
மின்னி மிதக்கின்றன

நிறுத்தி வைக்கப்பட்ட மர ஓவியங்கள்
கையசைத்து விலகுகின்றன
மனிதக் கூட்டமொன்று
உற்சாகப் பாடலோடு கடந்து போகிறது
குளிரை வாரிவந்து
நெஞ்சுக்குள் இறைக்கிறது காற்று

எல்லாம் குழம்பிய சுவை
உன் முதல் முத்தம் போல்
போய்க்கொண்டேயிருக்கட்டும்
இந்தச் சாலை.

கருணை

எரிகோளங்கள் இரண்டு
என்னை நோக்கிச் சுழன்று வந்தன

போர்வைக்குள் பதுங்கினேன்
கரியும் நாற்றமுணர்ந்து
பதறி வீசிவிட்டு
அறையெங்கும் ஓடினேன்
ஒளிய இடமே அற்ற
சுவர்ப் பொந்து அது
கதவுடைத்து வெளியேறினேன்

திசைவெளி அறியாது
ஓடிக் களைத்தபின்
திரும்பிப் பார்த்தேன்
என்னைச் சுற்றிலும்
எரிகோளங்கள் ஏராளம்
காணச் சகியாமல்
கவிழ்ந்து விழுந்தேன்

பின்மயிர் பொசுங்கிற்று
தோல்கள் கருகும் நாற்றம்
உடலெங்கும் நெருப்பின் ஊர்தல்
மெல்லத் திரும்பிய கணத்தில் கண்டேன்
என்னிலிருந்து விலகிக்
கருணையோடு செல்லும்
இருவிழிகளை.

●

என் நாட்கள்

உள்ளிருந்து பார்த்தால் மட்டுமே தெரிபவை
அனுமதி மறுக்கும் அறைக் கண்ணாடிகள்
முகமூடிப் புகையுருவங்கள்
பீதி பெருக்கி நகர்ந்து செல்பவை

இதயத்தைக் கையிலேந்தி எடுத்துச் சென்றிருப்பவை
குருதி கேட்கும் பிசாசுகளோ
கதவுதைத்து வேகமாய் வெளியேறும் கதறல்
இறுதி வலியின் பீரிடலோ

எந்திர சமிக்ஞை ஏந்தி வரும் சேதி
ஆறுதல் களிம்போ
விரல் பற்றவரும் வண்ணத்துப் பூச்சி வடிவு
தேற்றும் தூதோ

திறவாப் பெருங்கதவின் சிற்றிடைவெளியில்தான்
கசிந்து வரவேண்டும் ஒளிக்கீற்று
கவனியாது அலட்சியமாய்க் கடந்தேகும் கண்கள்தான்
கொண்டு தரவேண்டும் கருணையின் துளி

அவசர சிகிச்சைப் பிரிவின்முன்
காத்துக் கிடப்பவனின் பதற்றத்தோடு
என் நாட்கள்.

●

வெகுசில வார்த்தைகள்

சிறுமி ஒருத்தி தன் கண்களைப் பற்றிச்
சொல்லிக்கொண்டிருக்கிறாள்

தன் கண்களின் மீதேறிப் பயந்தோடிய
முயல் பற்றி அவள் விவரிக்கிறாள்
தன் கண்களின் வழியோடிக் கரைந்த
நதியலை ஒன்றை வருணிக்கிறாள்

தன் கண்களை மலர்த்திய ஒளிக்கிரணங்கள்
ஒடிந்து விழுந்ததைச் சொல்லிக்கொண்டிருக்கிறாள்
தன் கண்களை வருடிய பூங்கொத்துக்கள்
கருகிய வாடை பற்றி
மூக்கு சுழித்து அவள் பேசுகிறாள்

தன் கண்களை ஏமாற்றி ஏமாற்றி
வெண்ணிற அலகை
இலைகளுக்குள் மறைத்துக்கொண்ட
குயில் பாடலின் மௌனம் பற்றி
அவள் கூறுகிறாள்

கேட்கத் தீராத
அவள் கண்கள் கண்ட காட்சிகளில்
பூஞ்சை படர்ந்த முடிவைப் பற்றி
அவள் சொல்கிறாள்

வெகுசில வார்த்தைகளே அவை
எனினும்
மனதின் அதிர்வுகளைப் பிரித்தறியும் செவி
எனில் நிச்சயம் கேட்டிருக்கும்.

நீர் மிதக்கும் கண்கள்

எதையாவது விட்டுச் செல்வதே
வழக்கமாயிற்று உனக்கு

நீ விட்டுச் சென்ற சொற்கள்
சுவர்களெங்கும் படிந்து கிடந்தன
ஒற்றி எடுத்து
உன்னிடம் திருப்பிக் கொடுத்தேன்

நீ விட்டுச் சென்ற நிழல்
நெளிந்து குறுகித் தத்தளித்தது
காலடிக்குள் கொண்டு நிறுத்திக்
கவனமாய் ஒப்படைத்தேன்

நீ விட்டுச் சென்ற மௌனம்
வாய் திறந்து புலம்பிற்று
தட்டிக் கொடுத்து அமைதியாக்கி
உன் வார்த்தைகளுக்கிடையில் கொண்டு சேர்த்தேன்

சிதறிய ஆடைகள் போல்
நீ விட்டுச் சென்ற கனவுகள்
எங்கும் இறைந்து கிடந்தன
எடுத்து மடித்துப் பத்திரமாய்த் தந்தேன்

இப்போது
விட்டுச் சென்றிருக்கிறாய்
நீர் மிதக்கும் கண்களை.

சாலை மரம்

நேற்றிரவு என்னுள் முளைத்த
இந்தச் சாலை மரத்தை
எப்படிக் காப்பாற்றிவைப்பதெனத் தெரியவில்லை

சாம்பல் படிந்த இலைகள்
தாழ்ந்த கிளைகள்
ஓராயிரம் பறவைகள் உட்கார்ந்து போன
செதில் வடுக்கள்

இரவின் மோனத் தவத்தில்
கரைந்து கலந்த இம்மரம்
ஆணிக்குள் அடைபட்ட பிசாசுகளை
மடியேந்திக் காத்தது
வாகனம் மோதிப் பட்ட பெருங்காயம்
ஆற்றிச் செரித்த மரம் இது

அகல விரியும் பரப்பிலிருந்து
அடைக்கலமாய் வந்தென்னுள்
நேற்றிரவு முளைத்த
இந்தச் சாலை மரத்தை
எப்படிக் காப்பாற்றிவைப்பதெனத் தெரியவில்லை.

●

மயானத்தில் நிற்கும் மரம்

அழைப்பு

ஒவ்வொரு வேனிற்காலத்திலும்
அவனுக்கு அழைப்பு வருகிறது

போய்ச் சேரும்போது
இலை கொட்டிய மரங்கள்
வெறுங்கிளைகளாய் நிற்கின்றன
துருத்திய முன்பற்களென
மலைப்பாறைகள் தெரிகின்றன
காய்ந்த புற்களையும்
ஆடுகள் கரண்டுவிட்டிருக்கின்றன

வெம்மைக் காற்று மோதும் முகங்களை
வறண்ட விரல்களால் வருடிச் சிரிக்கிறான்
இந்தப் பருவத்திற்கே
தான் ஏற்றவன் போலுமென
மனம் சுருங்கிப் போகிறான்

அவன் வந்து போனபின்
துளிர்க்கும் மரக்கிளைகளைப் பார்த்து
எல்லாம் அவன் வருகையினால்தான்
என்றெண்ணி மகிழ்கிறது அழைப்பு.

●

ஒளிமூலம்

எல்லாவற்றையும் மறந்துவிட வேண்டும்

ஆசி வழங்கும் கை அடையாளமிட்டுச் செல்ல
அடுத்த கை ஆயுதம் ஏந்தியிருக்கக்
கொலைவெறி கொண்டு
கடவுள்கள் நமது தெருக்களில் திரிந்தனர்
கூப்பிய கைகள் வெட்டப்பட்டன
தொழுத தலைகள் துண்டிக்கப்பட்டன
அழுகைகளை மறைக்கும் கூச்சல்கள் எங்கும்
கடைசியாய்க் கடவுள்கள்
மயானத்தைச் சிருஷ்டித்தனர்

ஆனால் நாம்
எல்லாவற்றையும் மறந்துவிட வேண்டும்

வானம் மூடப்பட்ட பொழுதொன்றில்
கடவுள்களுக்கு ஆயிரமாயிரம் கைகள் முளைத்தெழுந்தன
எல்லாவற்றிலும் இறுக மூடிய ஒரு ரகசியம்
வரலாறு திரிக்கப்பட்டது
எரிக்கப்பட்டது
இடித்து நொறுக்கப்பட்டுப் புதைக்கப்பட்டது
காலத்தின் முகத்தில் சாம்பல் படலம்

நாம்
எல்லாவற்றையும் மறந்துவிட வேண்டும்

ரத்தக்காவி தரித்த கடவுள்கள்
அகன்ற நெடுஞ்சாலைகளைத் திறந்து
குறுக்குச் சந்துகள் நோக்கி
ரத யாத்திரைகளைத் தொடர்ந்து நடத்தினர்
ஒவ்வொரு உருளலின்போதும் ஒவ்வொரு வெடிப்பு
ஒவ்வொரு வெடிப்பின்போதும்
ஒவ்வொரு பாலைவனம்

மயானத்தில் நிற்கும் மரம்

பூப்பூவாய்ச் சிதறும் அழகு
அண்ணாந்து பார்த்தபடி மண்டையோடுகள்
கடவுள்கள் மகுடம் சூட்டிக்கொண்டனர்

ஆனால்
எல்லாவற்றையும் மறந்துவிட வேண்டும்

வால் முளைத்த கடவுள்கள்
தீயேந்தி எல்லா இடங்களுக்கும் ஓடினர்
மரங்களில் பற்றியது தீ
மொழிகளில் பற்றியது தீ
எரிந்தது நிலம் எரிந்தன ஆறுகள்
எரிந்தது காடு எரிந்தன வீடுகள்

இந்தியா ஒளிர்கிறது
எல்லாவற்றையும் மறந்துவிட வேண்டும்
மறதி நமக்கு விதிக்கப்பட்டது.

●

முலைகள்

உன்னை அறிந்துகொண்டது
முலைகளால்

ஊறிக் கிடக்கும்
கம்மஞ்சோற்று உருண்டைகளாய்த்
தோன்றின முதலில்
பால்யத்தின் விருப்பம் மீதூரப்
பிசைந்து பிசைந்து உண்டேன்

மலைச் சுனையென மோகித்து
உறிஞ்சித் தீர்த்தேன்
இடைவெளியில்
இதழ் பதித்துத் தூங்கினேன்
நகக்குறிகளும் பற்குறிகளும்
பதிந்த வடுக்கள் கண்டு
பெருமிதப் புன்னகை சிந்தினேன்

வெண்ணெய்க் கட்டிகளென
நுங்குக் கண்களென
பஞ்சு மிட்டாயென
ஒவ்வொரு நாளும்
ஒவ்வொரு விதமாய்க்
கற்பித்துக்கொண்டேன்

உன்னை
முலைகளாய் அறிந்து
முலைகளாய் உணர்ந்து
முலைகளாய்ப் பாவித்துத்
தீர்ந்த பொழுதொன்றில்
ஒன்றுக்கும் இன்னொன்றுக்கும் இடையே
காததூரமெனப் பரிகசித்துப்
புறம் ஒதுக்கினேன்.

•

ஆகாவழி

புரண்டோடும் பெருஞ்சாலைக் கரையில்
காலகாலமாய் நின்று தவிக்கிறேன்

வாகனங்கள் பிளிறுகின்றன
புகைக்குசு நாற முகம் மறைத்த
வேகமூஞ்சுறுகள் விரைகின்றன
ஆகும் சிறுவெளிகளில் பாய்ந்தோட
அஞ்சிநிற்கும் கோழைக்கால்கள் என்னுடையவை

முன்வைத்த அடிகளைத்
தூர ஒலிக்கதறலில்
பின்னெடுத்துப் பின்னெடுத்து
எத்தனையோ முறை
இந்தப் பின்வாங்கல்

என் கண்ணெதிரே
குருட்டுக் கிழடொன்று தடியுயர்த்தி
அனைத்தும் ஸ்தம்பிக்கக் கடந்துபோயிற்று
சிறுபிள்ளைக் கூட்டம்
கைகோத்து எதிரோடிற்று
வளைந்து நெளிந்து புகும் விடலைச் சாகசங்கள்
கடப்பவர் எண்ணிக்கை ஆயிரமாயிரம்

வெளிச்சம் படாத ஓரக் கரைதனில்
நின்று தவிக்கிறேன்
காலகாலமாய் நான்.

•

அப்போதிருந்து

விசும்பலடங்கி வயிற்றருகே
பூனைக்குட்டியாய்ச் சுருண்டு தூங்குகிறான்
என் மகன்

பொம்மைகளைப்
பாதுகாப்பாய் வைத்துக்கொள்ளத் தெரிகிறதா என்றேன்
பொம்மைகளே
பாதுகாப்பாய் இருந்துகொள்ளும் என்றான்

பொம்மைகளைப்
போகும் வரும் வழியெங்கும் பரப்பி வை என்றேன்
பொம்மைகள்
நின்றிருக்கும் உட்கார்ந்திருக்கும்
பார்த்து ஒதுங்கிப் போயேன் என்றான்

பொம்மைகளை
உடைத்தால் வாங்கித் தரமாட்டேன் என்றேன்
பொம்மைகள்
உடைந்தால் வேறொன்றாகிக்கொள்ளும் என்றான்

பொம்மைகள்
பதிலுக்குப் பதில் பேசுமா என்றேன்
பொம்மைகள்
அப்படித்தான் பேசும் என்றான்

பொம்மைகள்
அப்படிப் பேசினால் அடிப்பேன் உதைப்பேன் என்றேன்
பொம்மைகளும்
திருப்பி அடிக்கும் உதைக்கும் என்றான்

அப்போதிருந்துதான்
எல்லாப் பொம்மைகளின் கண்களும்
என்னையே உற்றுப்பார்க்கத் தொடங்கின.

●

மயானத்தில் நிற்கும் மரம்

ஒற்றைப் பனை

என் தியானத்தின் மையமாய்
எப்போதும் எழுந்து நிற்கிறது
அந்த ஒற்றைப் பனை

மிகவுயர்ந்த காட்டுப்பனை அது
அடியிருந்து மேல்வரை ஓலைக்கூட்டம்
ஓலைகள் பற்றியேறிச்
சூழ்ந்து கிடக்கும் கொடி வகைகள்
பறவைக் கூடுகள்
பாம்பு முட்டைகள்
காய்ந்த ஓலைகள் சுழற்றும் காற்றொலி
மண்பார்க்க வாய்க்காமல்
விழுந்த பாதித் தூரத்தில்
நின்றேங்கும் பனம்பழங்கள்

எந்தச் சலனமுமின்றி
உச்சியில் முட்டிவரும்
கூர்நுனிக் குருத்து.

●

இறுக மூடிய விரல்கள்

மரணத்தின் கொடுங்கைகளில் அகப்பட்டுக்கொண்ட
அந்தக் கண்களின்முன் நானிருந்தேன்

பிடி இறுக இறுகப்
பீதியுற்றுச் சுழன்ற கண்கள்
தன் கடவுளை
என் கைகளில் ஒப்படைத்துச் செல்லத் தவித்தன

மங்கி வடியும் ஒளிப்பந்தாயிருந்த கடவுள்
தாவி என்னைப் பிடித்துக்கொள்ளச்
சிறுசம்மத அசைவை எதிர்பார்த்திருந்தன கண்கள்

இறுக மூடிய விரல்களைப்
பிரிக்கவேயில்லை நான்.

●

இடப்பெயர்ச்சி

ஒவ்வொருமுறை இடம் பெயரும்போதும்
முதிராக் கதிரோடு பயிர் பிடுங்கியெடுக்கும் துடிப்பும்
ஜன்னலில் விரியும் புதிய காட்சிகளைக் காணும்
சுற்றுலாப் பயணியின் துள்ளலும்
எனக்குள் வந்து சேர்கின்றன

வெற்றிடம் எனக்குப் பிடித்தமானது
எனினும்
வெற்றிடமாக்கி வெற்றிடம் சேர்கையில்
விட்ட வெற்றிடம் மறக்கவும்
சேர்ந்த வெற்றிடம் நிரப்பவும்
விரைந்து முயல்கிறேன்

முதுகேறிக் கொண்ட என் சொற்பப் பொருள்களை
அவற்றிற்குரிய இடங்களைக் கண்டறிந்தும்
தேர்வு செய்தும் அடுக்குகிறேன்
ஏதாவதொன்று இடமற்று மிஞ்சி
பதற்றம்கொள்ளச் செய்கின்றது

ரகசியமாக எப்போதும் பாதுகாக்க விரும்பும்
நாட்குறிப்பேட்டிற்கு இடமின்றி
அம்பலமாகிப் போயிற்று ஒருமுறை
முழு அலமாரியைத் தனக்கெனக் கேட்ட
சிறுகடவுளுக்கு
சாதாரண மஞ்சள்பையைத்தான் தர முடிந்தது
பிறிதொருமுறை

முக்கிய நாளொன்றின் நினைவுப்பரிசாகிய
அறைகள் பலகொண்ட அழகிய நகைப்பெட்டி
எந்த இடத்திற்கும் பொருந்தாமல்
அலைக்கழித்தது வேறொருமுறை
நண்பனிடம் கடன்வாங்கி மறந்த புத்தகத்தைக்

காட்டிக் கொடுக்கும்படியான இடத்திலேயே
வைக்க நேர்ந்தது இன்னொரு முறை

சொல்லிச் செய்ததால்
வலு இறுகிக் கம்பீரமாக நின்றிருந்த பீரோவை
உள்ளே நுழைக்க முடியாமல்
நித்திய நோயாளிபோல்
வராண்டாவில் படுக்கவைக்க நேர்ந்தது
இந்தமுறை

எங்கும் தனக்கென ஓரிடத்தை
நிரந்தரமாய் வைத்திருப்பவற்றால்
பிரச்சினை எதுவுமில்லை
எம்முறையும்.

●

சிருஷ்டி

ஒருசொட்டுக் கண்ணீரேனும் சிந்தாமல்
ஒருநாளும் பள்ளிக்குப் போவதில்லை
என் மகன்

புகார்கள் நிரம்பித் ததும்பும் பையுடன்
மாலையில் வந்துசேர்வான்
பையை அவன் திறக்காமல் இருக்க வேண்டும்
என்பதே என் அன்றாடக் கவலை

நடக்கும் தூரத்திலுள்ள
பள்ளி ஒன்றில் சேர்த்துவிட்டேன்
செல்ல அரைநாளும்
திரும்ப அரைநாளும் எடுத்துக்கொண்டான்
வாகனத்தில் கொண்டுவிடும் தூரமுள்ள
பள்ளிக்கு அனுப்பினேன்
வாகனம் பழுதாக வேண்டும் எனவும்
வாகனத் திருடன் விரைவில் வர வேண்டும் எனவும்
அவனுடைய கடவுள்களிடம் வேண்டுதல் செய்தான்

பேருந்தில் செல்லும் தொலைவிலுள்ள
பள்ளி ஒன்றைக் காட்டினேன்
உயர்ந்த கட்டிடங்களை அண்ணாந்து பார்த்துப்
'பொக்லைன்' வந்தால்
ஒருமணி நேரத்தில் இடித்துவிடுமா என்று கேட்டான்

அவனுக்கான பள்ளியை
எப்படிச் சிருஷ்டிப்பதென
யோசித்துக்கொண்டிருந்த நாளில்
வீட்டிற்குள் அவனோர்
அற்புத நகரம் உருவாக்கியிருந்ததைக் கண்டேன்
கண் விரியப் பார்த்த என்னை
அந்நகரத்துக்குள் அழைத்துச் சென்றான்

கூரிய கட்டிடங்கள்
மிதக்கும் சாலைகள்
விளையாட்டுத் திடல்கள்
எல்லாம் சுற்றி முடித்த நான்
'எங்கே உன் பள்ளிக்கூடம்?' என்றேன்

வினோதமாக என்னைப் பார்த்த அவன்
முகம் சுருங்கச் சொன்னான்
'இது பள்ளியில்லா நகரம்.'

●

விரல்கள்

கட்டை விரல் வெட்டிக்
குருவுக்குச் சமர்ப்பித்தோர் எம்முன்னோர்
சுண்டு விரல் தறித்துக்
காணிக்கை தந்தோம் நாங்கள்
எதிர்காலச் சந்ததிக்கு இருக்கின்றன
இன்னும் மூன்று.

செந்நிறக் கண்கள்

தினமொரு பொருள் கொண்டுதரும் காகம்
இன்றென் கைகளில் சேர்ப்பித்துச் சென்றது
செந்நிறக் கண்கள் இரண்டை

சமைப்பின் வெதுவெதுப்பு மாறாத
உருண்டைக் கண்கள்
மூடித்திறந்து மூடித்திறந்து
தவிக்கும் இமைகள்
காற்றசைவிற்கும் மயிரிழை நடுக்கம்

பிரிவின் தாளாத் துன்பம்
இரத்தமாய்ச் சொட்டும் அவை
எங்கிருந்து பிய்த்தெடுத்தவை
எதன் பகுதி அல்லது முழுமை

பீழை பீடித்து நொய்ந்த கண்கள்
அடுக்கப்பட்டிருக்கும் என் அலமாரியில்
இவற்றை எவ்விதம் வைப்பேன்

உயிர் பொங்கும் துடிப்பு சுட
கைகளைச் சட்டென வீசினேன்
அக்கண்களுக்குள் ஒடுங்கிக் கிடந்த சிறுபறவை
சிறகு பெற்றுப் பறக்கக் கண்டேன்.

●

மயானத்தில் நிற்கும் மரம்

குழந்தைகளைத் தண்டித்தல்

குழந்தைகள்
தொடர்ந்து குற்றம் புரிகிறார்கள்

குற்றம் புரியும்
குழந்தைகளைத் தண்டிக்க
எளிய முறைகள் ஏராளம் உண்டு
செவிடாகும்படி கத்தலாம்
காதைப் பிடித்துத் திருகித் தூக்கலாம்
கையாலோ தடிகொண்டோ அடிக்கலாம்
இழுத்து வெளியே எறியலாம்
வாத்திகளிடம் சொல்வேன் என மிரட்டலாம்
சொல்லியும் வைக்கலாம்
எனினும்
சமயத்தில் இவையொன்றும்
பலனளிப்பதில்லை

நம் புறப்பாட்டின் அவசரத்தைப்
புரிந்துகொள்ள முடிகிறதா
அவற்றால்
தொலைபேசி அழைப்பொன்று
கிடைக்காத பதற்றத்தை
உணர முடிகிறதா
பொதுவிடங்களில் நாகரிகமாக
நடந்துகொள்ளத் தெரிகிறதா
நம்மால்
நிம்மதியாகச் சிறுபயணம் போக முடிகிறதா

வழியில் போகும் யாரையேனும் அழைத்துப்
பயமுறுத்தச் சொல்லலாம்
பொம்மைகளை ஒளித்து வைக்கலாம்
வீட்டுப்பாடம் செய்ய வற்புறுத்தலாம்
வரைந்த ஓவியத்தைக் கிறுக்கல் என்று சொல்லிப்
பிடுங்கிக் கிழிக்கலாம்
கதைகளை நீதி சொல்லி முடிக்கலாம்

நமது
தண்டனைகளைத் தாண்டியும்
குழந்தைகளின் குற்றங்கள்
பெருகிக்கொண்டேயிருக்கின்றன
ஆழ்ந்த விவாதங்களினூடே
ஓடிவந்து முதுகேறி உரசி
அவை செய்யும் இடைஞ்சல்கள் எத்தனை.

பரிசாடை

மலைப் பச்சையால் நெய்தெடுத்த
ஆடையைப் பரிசளித்தாய்
மிளகு மணம் கமழும் அதனை
எடுத்தணியப் பிரியமேயில்லை

பச்சை
நீயிருக்கும் உயரத்தின் தூரம்
குழிந்து கிடக்கும் உன்மடி
இரவுகள் பச்சையால் ஒளிர்கின்றன
பகலெங்கும் பச்சையின் அடர்த்தி
பறவையின் சிறகுகள் உதிர்ந்து
வானெங்கும் தீட்டிய பச்சை
தளிர்ப்பச்சை
வெளிர்பச்சை
அடர்பச்சை

புதர்கள் போர்த்திப் புதிராய்ச் சிரிக்கும்
உயர்மரங்கள் அசைத்து விரிக்கும்
ஆடையின் நுனிபிரித்து
எங்கெங்கும் விரித்துவிட்டு
அதன் நடுவே
ஆழ்ந்து புதைகிறேன்.

அப்பாவின் வேலி

என் தந்தை
ஒரு வேலி அமைத்திருந்தார்
உயரமான நெடிய வேலி

கொடிகள் ஏறிப் பூத்துக் கிடக்கும்
குன்றிமணிகள் வெடித்துச் சிரிக்கும்
வீட்டினுள்ளிருந்து பார்த்தால்
அந்தரத்தில் மிதக்கும் பச்சை வளையமெனத் தோன்றும்
வெளியேறிப் போகும்போது
குறிப்பிட்ட தொலைவில்
கூடவே அதுவும் வந்துகொண்டிருக்கும்

என் தந்தையின் வேலி
அறிந்த எல்லோரும்
பரிகசித்துச் சிரிப்பர்
கற்றாழைப் பழம் பறித்து வந்தாயா
காந்தள் மலர்கொண்டு வந்தாயா
கூர்முள் குத்திய காயங்கள் காட்டு
வேலியைச் சுமந்த தோள்வடு எங்கே
எதற்கும் பதிலில்லை என்னிடம்

அதிகாலை வேளைகளிலும்
அந்திமாலைப் பொழுதுகளிலும்
வெகுநேரம் வேலியைச் சரிசெய்துகொண்டிருப்பார்
முட்களின் நுனிகள் சிறிதும் மழுங்கிவிடக் கூடாது சிறுசந்துகள்
உருவாவது வேலிக்கே ஆபத்து
வேலியின் அவசியம்
வேலியின் பாதுகாப்பு
வேலிப் பராமரிப்பு
என்பன பற்றியே எப்போதும் என்னுடன் பேசுவார்
பேசும்போதெல்லாம்
ஓரக்கண்ணால் என்னைப் பார்த்துக்கொள்வார்

உண்மையாகவே
வேலியைப் பற்றி எனக்குப் புகார்கள் இல்லை
வேலியைப் பற்றிப் பெருமிதமும் இல்லை
வேலி இருக்கட்டுமா வேண்டாமா என்று
யாராவது கேட்டிருந்தால்
பதில் சொல்லத் தடுமாறியிருப்பேன்

வேலி என் நினைவிலிருந்து
கழன்றுகொண்டிருந்த சமயத்தில்
தயக்கத்தோடு என் பின்னால்
வேலி வந்துகொண்டிருந்த நாட்களில்
வேலியின் ஓரிடத்தில்
எலி நுழையுமளவு பொந்தொன்று உருவாயிற்று

பதற்றம் கொண்ட தந்தை
கண்டுபிடித்து அடைக்க அடைக்கப்
பொந்துகள் பெருகி வேலி முழுக்க ஓட்டைகள்
நீள வேலியெங்கும் ஓடியபடியே இருந்த என்தந்தை
என்னுடன் பேசுவதையே நிறுத்திக்கொண்டார்

நான்தான் எலியாகி
நள்ளிரவில் பொந்துகளை உருவாக்குகிறேன்
என்று அவர் கருதினார்
நான் என்ன செய்யட்டும்
ஆனால்.

•

வழிப்பறி

கொண்டை ஊசி வளைவில்
முனகியபடி மலை ஏறிய பேருந்தொன்றை
யானைகள் சில வழிமறித்தன
அவசரமாய் ஜன்னலை
அடைத்தனர் பயணிகள்
என்ஜினை அணைத்தார் ஓட்டுநர்
கண்ணாடி தடவிப் பார்த்த துதிக்கைகள்
ஜன்னல்களைத் தட்டித் திறந்தன
பைகளைப் பிடித்திழுத்து உருவித்
தண்ணீர்ப் பாட்டில்களை மாத்திரம் எடுத்துக்கொண்டன
பின் அவை
வந்த வழியே திரும்பிப் போய்விட்டன.

•

நாக்குகள்

நாக்குகள் மரத்துப்போகட்டும்
எனச் சபித்தார் கடவுள்
சுவையிழந்த நாக்குகள்
உள்சுருண்டு கிடந்தன சில நாட்கள்

பதுங்கி நுனி நீட்டிய நீள்நாக்கொன்று
கடவுள் காண
மூக்கு தொட்டு வேடிக்கை காட்டத் தொடங்கிற்று

பின்
ருசி பேதமற்று
உணவு சுழற்றிக் கொடுத்துச்
சேவகம் பழகின சில

சுழற்சியில் தேர்ச்சி கொண்டவை
சீர்செவி சென்றுசேர
பேச்சுத்தான் என
மொழிகளைச் சிருஷ்டித்துக்கொண்டன

பழையதை நினைவூட்டி
எச்சில் ஒழுகக்
கால்களை நக்கித் தந்தன சில

காட்சி தருகையில் எழுதக்கூடுமென
வாய் பிளக்க வெளித்தள்ளிப்
பிரகார வழியெங்கும்
அம்மணமாய் அணிவகுத்தன சில

கருவறை புக வாய்த்தவையோ
ரகசியக் கட்டளைக்காய்க்
காத்துக் கிடந்தன

எதற்கும் ஆகாத
புண்வெடித்த நாக்குகள் சில
அறுபட்டு
உண்டியல் காணிக்கையாய்ப் போய் விழுந்தன

திரு உலா வந்த கடவுள்
திருப்தியாய்ப் புன்னகை பூத்தார்.

●

பெருமாள்முருகன்

மயானத்தில் நிற்கும் மரம்

மயானத்தில் நிற்கும் மரம் நான்
யாருடைய கால்மாட்டிலோ தலைமாட்டிலோ
வெறுமனே நின்றிருக்கிறேன்

உடலெங்கும் புகைக்கரிப் படிவு
இலைகளில் மாமிச வாடை
என் பூக்களில் ஊறும் கண்ணீர்

பூக்கள் தூவிச்
சிலரைப் பெருமைப்படுத்துவேன்
நிழல் விரித்துச்
சிலரை அரவணைப்பேன்
சிலர் வருகையில்
கண்மூடித் தூங்கிப் போவேன்

சிலர் வருகையிலோ
முகம் திருப்பிக்கொள்வேன்
சிலரை
ஆனந்தமாய் வரவேற்பேன்
எரியும்போது எழுந்தமரும்
சிலரை நெஞ்சிலடிக்க
உருட்டுக்கட்டை தருவேன்

மயானத்தில் நிற்கும் மரம் நான்

என் பாட்டி வந்த நாள் மழைக்காலம்
குளிர்ந்த இலைகளை
வாய்க்கரிசியாய் இட்டேன்
என் தந்தை வந்தபோது இலையுதிர்காலம்
மொட்டை மரமாய் ஏதுமியலாமல்
பார்த்து நின்றேன்

என் மைத்துனன் வந்த சமயம் குளிர்காலம்
நடுநடுங்கி விறைக்கக்
கவிழ்ந்துகொண்டேன்

என் தமையனைக் கொணர்ந்தபோது காற்றுக்காலம்
கிளைகளால் அறைந்துகொண்டு
தவித்துக்கிடந்தேன்

இப்போது
நீர் மறைந்து நிலம் பிளக்கும் கடுங்கோடை
நீ வந்திருக்கிறாய்
என் வேர்கள் அதிர்கின்றன.

●

கண்டடைதல்

உன் சிரிப்பு ஓர் ஊற்று
பள்ளங்களை நிரப்பி
மேடுகளை நனைத்து
எல்லா இடங்களையும் குளிரூட்டிச் செல்லும்
நடுங்கிக் குளிரில் விறைத்திருக்கிறேன் நான்

உன் சிரிப்பு ஓர் ஓடை
அள்ளிக் குடிக்க
உயிர் பெருக்கும்
அமுதச் சுவையூட்டி நழுவிச் செல்லும்
அந்நீரொன்றே பருகி வாழ்ந்திருக்கிறேன் நான்

உன் சிரிப்பு ஒரு நதி
மீன்கள் பதுங்கும் ஆழங்களும்
அலைகள் தொடரும் மேற்பரப்பும்
ஒருங்கடங்கக் காட்டி ஓடும்
மூச்சுமுட்ட மூழ்கித் தப்பிப் பிழைத்திருக்கிறேன் நான்

உன் சிரிப்பு ஓர் அருவி
கண்ணீர் போல மெல்ல வீழ்ந்து
குரூர முகங்களை மூடிவிடும்
அழகு வளமெடுத்த ஓசைச் செழிப்பு
செவியடைக்கக் கேட்டிருந்திருக்கிறேன் நான்

உன் சிரிப்பு ஒரு பேராறு
வெயில் கொளுத்தும்
வறண்ட காலங்களில்தான்
கூடப்பெருகி அணைக்கும் ஆனந்தத் தழுவல் அது
ஆண்டுகளைச் செலவிட்டுக் கண்டடைந்திருக்கிறேன் நான்.

•

மயானத்தில் நிற்கும் மரம்

என் தவறுகள்

நான் தவறுகள் செய்கிறேன்
தொடர்ந்து செய்கிறேன்

என்னுடையவற்றில்
தவறான தவறுகள் என்று எவையுமில்லை
எல்லோரும் எளிதாகக் கண்டுகொள்ளும்படியான
சாதாரணத் தவறுகள் அவை

என் தவறுகள் பற்றிய மிகநீளப் பட்டியல்
என் அம்மாவிடம் இருப்பது எனக்குத் தெரியும்
இன்னுமொரு நீளப்பட்டியலை
என் மனைவி தயார் செய்துகொண்டிருக்கிறாள்
என் குழந்தைகளும்
ஆளுக்கொரு பட்டியல் வைத்திருக்கிறார்கள்

என் தவறுகள் பற்றிய விவரங்கள்
என்னைத் தெரிந்த எல்லோரிடமும் கிடைக்கின்றன
நீங்கள் என் நண்பரெனில்
உங்களுக்கு வாய்ப்புகளை நிறைய வழங்குகிறேன்
நீங்கள் என்னை எதிரியாகப் பாவிப்பவரெனில்
மிக எளிதாக உங்களிடம் தோற்றுப் போகிறேன்

ஏன் இப்படித் தவறுகள் செய்கிறேன்
எதனால்
அத்தவறுகளைத் திருத்திக்கொள்ள முயல்வதில்லை
நிஜமாகவே
எனக்குத் தெரியவில்லை

ஆனால்
என் தவறுகள்
எல்லோருக்கும் தேவைப்படுகின்றன.

•

இன்னுமொரு நிலவுப்பாடல்

அந்தி இருளில்
காளான் குடையென முளைத்து விரிந்த
கீழ்வானத்து நிலாவுடன் நடக்கத் தொடங்கினேன்

ஆளற்ற பாதை
பாதையற்ற வழி
நடக்க நீளும் தூரத்தை
ஈரக்கை கொடுத்துக் கதை கூறிக்
கடக்க உதவிற்று நிலா

சோர்ந்தபோது
மரக்கிளைகளுக்குள் ஒளிந்துகொண்டு
கண்ணாமூச்சிக் காட்டிற்று
இலைச் சந்துகளுள் தேடி
மஞ்சள் முகம் வருடி
வெளியே இழுத்தபின் பால்ய உற்சாகம் பெருகிற்று

அசட்டை செய்தபோது
மலை முகடுகளுக்குப் பின் மறைந்து போயிற்று
வெகுதூரம் ஓடிக் கடந்து வெளிக்கொணர்ந்ததும்
குறும்புச் சிரிப்பு கண்டு பெருமூச்சு விட்டேன்

துக்கம் பொங்கியபோது
மேகங்கள் மூடிக்கொண்டன
கால் மடித்து அமர்ந்து
கடவுளைத் தியானித்தேன்
கலைந்த மேகங்களுக்குள்ளிருந்து
எட்டிப் பார்த்துக் கருணை பொழிந்தது

ஊர் எல்லையில் விடைசொல்லி
வந்து கதவடைத்துக் கொண்டேன்

வீட்டுக் கூரை உச்சியில்
தடுக்கி விழுந்து
தனியே அழுதுகொண்டிருக்கிறது நிலா
கைவிடப்பட்ட ஒரு மூதாதையென.

கடைசி ராமசாமி

ராமசாமி எனக்கு அண்ணன்
பள்ளியில்
'குள்ள ராமசாமி' என்பார்கள்

'ராமசாமியின் தூதன் நானடா'
பாட்டு வந்தால் தலை நிமிர்த்தி
'எம்பேரு' என்பான்

என்னை விடவும்
நன்றாக நீச்சலடிப்பான்
சைக்கிள் ஓட்டுவான்
ஆனால் என்னோடு சேர்ந்து
எங்கும் வரமாட்டான்
என்னை அண்ணனாகவும்
அவனைத் தம்பியாகவும்
கருதும் பேச்சுகள் அவனுக்குப் பிடிக்காது
குறுஞ்சிரிப்போடு அவனை ஏளனமாய்
ஏறிட்ட ஒருபொழுதில் சொன்னான்
'எல்லார்த்துக்கும் எல்லாருக்கும்
மூத்தவன் ராமசாமிடா ...'

ஆம்
எங்கள் தாத்தா ராமசாமி
தாத்தாவுக்குத் தாத்தா ராமசாமி
தாத்தாவின் தாத்தாவுக்குத் தாத்தா ராமசாமி
தாத்தாவுக்குத் தாத்தாவின்
தாத்தாவுக்குத் தாத்தாவும் ராமசாமி

எல்லா ராமசாமிகளும்
போய்விட்டார்கள்
இப்போது
ராமசாமி என்று யாருமில்லை.

●

பெருஞ்சுமை

மழை கொட்டிக்கொண்டிருந்த
நாளொன்றின் நள்ளிரவில்
கதவு தட்டிய அவர்கள்
கைகளில் இருந்த கடவுளின் மகுடத்தை
என்தலையில் சூட்டிச் சென்றார்கள்

பகலெல்லாம்
வேண்டுதல் குரல்கள் காதடைக்க
விழியிமைக்க இயலாமல்
கருவறைக்குள் முடங்கிக் கிடப்பதும்
இரவெல்லாம்
பீடத்தின் குளிர் ஆசன வாயில் ஏற
எழுந்துபோய் எதுவும் செய்ய வக்கற்றுத்
தனிமையின் அந்தகாரத்தில்
வெறித்துத் துடிப்பதுமாய்க்
கழிகிறது காலம்.

●

ரகசியம் அறிந்தவன்

உறைந்த கண்கள் அறிதுயில் என்றிருந்தேன்
அவன் காதுகளில் போட்டுவைக்கத்
தினமொரு வேண்டுதல் எனக்குண்டு

கண் மூடிக் கை குவித்துக்
'கண் திறக்க மாட்டாயா'
என்றிறைஞ்சும் என் நெஞ்சம்
கருவறை இருளொளியில்
கல்லில் அடித்து வைத்ததுபோல் அவன்
இமை அசைவும் காட்டியதில்லை

வெம்மை பொடியும் பகலொன்றில்
ஆயத்தம் ஏதுமின்றித்
திடுமென நுழைந்தேன் நான்
தனிமைத் துணிவில்
திறந்திருந்த இமைகளுக்குள்
வெற்றுக்குழிகள்

ரகசியம் அறிந்தவனானேன்

அன்று முதல்
கைப்பிடித்து அழைத்துச் செல்ல
ஆசிக்குத் திசைகாட்ட
ஒளிவன்மை உணர்த்த
மௌனச் சமயமறிய ...
அவன் வேண்டுதல்கள் தொடங்கின
என்னிடம்.

நாற்காலி

காலத்தின் பழமையும் பிசுக்கும் மண்டிய
நாற்காலி ஒன்று அவனுக்குக் கிடைத்தது

தயக்கத்தோடு நுனியில் உட்கார்ந்தான்
கைப்பிடிகளில் மெல்லக் கைவைத்தான்
யாருமற்ற தருணங்களில்
கூச்சத்துடன் சாய்ந்துகொண்டான்
மேஜையும் அது கிடந்த அறையும்
நாற்காலியின் ஆளுகைக்கு உட்பட்டதென அறிந்தான்

அவன் சொற்களை மேஜைமணி ஒலித்தபோது
அறை கடந்த அதன் ஆற்றல் உணர்ந்தான்
நாற்காலியிலேயே சுருண்டு தூங்கினான்
நாற்காலியின் அடிப்பகுதியில் எடுத்து மூடும்
ஓட்டை வழியாகக் கடன் கழித்தான்

நாற்காலி பேசுவது கோப்பு மொழிகள்
விறைப்பும் கடுமையும் கொண்டது அதன் முகம்
அனுமதி பெற்று அறைக்குள் போகும்
எவரும் இப்போது தாராளமாய்ப் பேசலாம்
நாற்காலியோடு.

●

வேம்பின் பாடல்

எனக்குள் வேம்பொன்று
முளைவிட்டு வளர்ந்திருக்கிறது
இலை கிள்ளாமல்
கிளை தறிக்காமல்
அதன் போக்கில் வளரவிட்டிருக்கிறேன்

அகலக் கிளை பரப்பி
அடர்இலைகள் செழிக்க
விண்நோக்கி உயர்ந்து போகிறது

மரமேறிச் சறுக்கி விளையாடுகிறேன்
செதில்கள் உண்டாக்கிய சிராய்ப்புகள்
மாயமாய் மறைகின்றன
உச்சானிக் கொம்பில் சிறுகூடு கட்டி
பாதுகாப்பாய் உறங்குகிறேன்

காற்றிசைக்கும் தாலாட்டில் காலம் ததும்புகிறது
கொட்டும் பூக்களில் என்னுடல் மறைகிறது
எறும்புக் கடிகள் பொறுத்து
மணக்க மணக்கத் திரிகிறேன்

பழப் பருவங்களில்
வயிறு முட்டத் தின்று பித்தேறி அலைகிறேன்

எனக்குக் கோடைகாலமே இல்லை
அடர்நிழல் தரும் குளிர்ச்சி எப்போதும்
கசப்புகளை உறிஞ்சி உள்திணித்துப்
பசுமையாய் வெளிப்படுகிறேன்

வேர் ஆழப் பதிந்து எங்கெங்கும் பரவுகிறது
உடலை எருமண்ணாக்கி
விரித்து வைக்கிறேன்

பறவைகள் விழுங்கி இட்ட எச்ச விதைகள்
முளைவிடக் காத்திருக்கின்றன
இனி உங்களுக்கும்
ஆளுக்கொரு கன்று தருவேன்.

•

பெருமாள்முருகன்

உடைபடும் கணம்

வானினின்றும் தப்பிவந்த மழை
அடைக்கலம் கேட்டு
என் வீட்டுக் கதவை
இரவெல்லாம் விடாமல்
தட்டிக்கொண்டேயிருக்கிறது

காதுக்குள் இறங்கி உடம்பெங்கும்
ஓடுகிறது அவ்வோசை

தாழ்ப்பாள் திறந்து உள்ளே அழைத்து
மழையின் துக்கத்தைக் கேட்டு
ஆறுதல்படுத்தலாம்
மழையிடம் என் கதையைக் கூறியும்
ஆசுவாசப்படலாம்

எழ மனமின்றிக்
கதவு தட்டப்படும் ஓசையில் லயித்துக் கிடக்கிறேன்
நீளும் இரவில்
கதவு உடைபடும் கணம் வரட்டும் என்று.

பெருமூச்சு

என்னுடையவை என்னிடமும்
உன்னுடையவை உன்னிடமும்
பத்திரமாக இருக்க
நாம் புணர்ந்தோம்
முடிவில்
தனித்து ஒதுங்கிற்று
பெருமூச்சு ஒன்று.

•

விதைப் பானை

இன்று
எனது விதைப் பானை காலி ஆகும் நாள்
கருவறையின் வெதுவெதுப்பில் இருந்தெடுத்து
விதைமணிகளை வெளியில் இறைக்கிறது காலம்

பஞ்சத்தின் போதும்
ஒருமணி எடுக்காது பாதுகாத்து வைத்திருந்தேன்
இரவல் கேட்டவர்களுக்குப் பதற்றம் மறைத்து
இல்லை எனக் கைவிரித்தேன்

மழைப் பருவங்களில் பூஞ்சை அண்டாமல்
பனிப் பருவங்களில் பூச்சி புழுக்கள் துளைக்காமல்
பத்திரப்படுத்த பட்ட பாடுகள் அனேகம்

இப்போது உக்கிரக் கோடையின் நடுவில்
அள்ளி வீசப்படும் இந்த மணிகள் என்னவாகும்

மண்ணின் வாய் திறக்கும்வரை
தூற்றும் காற்றெதிர்த்து நிற்கும் வலு கிடைக்குமோ
பசியோடு இருக்கும் பறவைகளின்
வாயில் சிக்கிவிடுமோ
வெப்பத் தகிப்பில் கருகிப் பதராகுமோ

வீசப்படும் விதைமணிகளை
நெஞ்சு பதைக்கப் பார்த்திருந்தவன்
காலிப் பானையை மூலையில்
கவிழ்த்து வைக்கிறேன்
அறுவடை நாளின்
கனவுகளோடு.

•

மயானத்தில் நிற்கும் மரம்

கல் மலிந்த ஊர்

வீடுகளின் சுவர்ப் பிதுங்கலில்
செதுக்கிய கற்கள்
அடித்தாங்கலுக்கும் கற்கள்
நீண்ட கருங்கற்கள் திண்ணைகள்
படுத்துறங்கப் பலகைக்கல் படுக்கைகள்
கற்பாலங்கள்
கல்லடுப்புகள்
கற்கோபுரம்

கல் மலிந்த ஊரின் பேருந்து நிறுத்தத்தில்
காலம் கவிழ்த்த கல்தொட்டியொன்று கிடக்கிறது
அது குழந்தைகளுக்குச் சறுக்குமரம்
வயசாளிகளுக்குச் சாய்துணை
இளைஞர் கூட்டமும் இருந்து களிக்கும்

ஒருவருக்கும் தெரியாது
கவிழ்ந்திருக்கும் அதன் உட்குழிவில்
புதைந்து கிடக்கும்
ஆதி ரகசியம்.

●

சுடுகல்

புரோட்டா மாவு பிசைந்துகொண்டிருக்கும்
அந்தப் பையனை எனக்குத் தெரியும்
வேலை முடிந்து அவன் வருவதற்காகக்
காத்துக்கொண்டிருக்கிறேன்

கொட்டிக் குளமாக்கிய மாவில்
நீர் அதிகமாகிவிட்டது
காசெடுத்துக்கொண்டு ஓடுகிறான்
புதுமாவைச் சேர்த்துப் பிசைகிறான்
கைகளில் படிந்த மாவு உடலெங்கும் பரவுகிறது

வெள்ளைப் பாம்பாய்த் திரட்டி எடுத்துக்
கல்லில் வீசி அடிக்கிறான்
உடல் நெளிந்து குழைகிறது
துண்டங்கள் போட்டுச் சுருட்டுகிறான்
உருண்டையும் வட்டங்களுமாய் அவன் உடல்
கல்லெங்கும் சிதறிக் கிடக்கிறது

அவன் வேலை இன்னும் முடியவில்லை
சுடுகல்லில் வெந்தெழுந்த பின்னேனும்
என் நினைவு
அவனுக்கு வருமெனக்
காத்துக்கொண்டிருக்கிறேன்.

●

விடுபடல்

என் தந்தையும் தமையனும்
தம் சுமைகளை என்மீது இறக்கிவிட்டுச் சென்றனர்
அநாதியாக நிற்கும் சுமைதாங்கிக் கல்லின்
இந்த ஏகாந்தம்
எனக்குப் பிடித்திருக்கிறது

மணமான நாள்முதல்
என் மனைவியும் நானும்
தொடர்ந்து பிரிந்தே இருக்க நேர்ந்தது
பிரிவே காதலைப் பெருக்கிச் சந்தோஷம் தருகிறது

என் குழந்தையின் கண்ணில்
காலத்தின் பூஞ்சை பீடித்தது
அறுவை சிகிச்சைப் பிரிவில் எழுந்த அவள் அலறலில்
கர்வங்கள் நொறுங்கி மலர்ச்சியுற்றது என் இதயம்

எனக்கு வாய்த்த துண்டு நிலத்தில்
தென்னைகள் தலை கருகிச் சாய்ந்தன
பின்பெய்த பெருமழை ஒன்றின் குளிர்ச்சியில் பூத்த
சிறுபுல்லில் மனம் நிறைந்துபோயிற்று

எதைப் பற்றியும் வருத்தமில்லை
என் கனவுகள் வேரோடு பிடுங்கப்பட்டன
விடுபட்ட நிம்மதியே என்னைச் சூழ்ந்தது.

•

கைகள்

இருளறையில்
என்னருகில் படுத்திருக்கும் பிள்ளைகள்
என் கைகளைக் கேட்கிறார்கள்
இருள் விழுங்கிக் கண்சிமிட்டும்
வெளிச்சம் ஒளிர்வதைக் காட்டுகிறேன்

அச்சமூட்டும் கனவுகளிடமிருந்து தப்பிக்கக்
கைகள் வேண்டும் என்கிறார்கள்
மகிழ்வளிக்கும் கனவுகளை அவர்களே
சமாளிப்பார்கள்

வலது கையை மகனுக்கும்
இடது கையை மகளுக்கும் வழங்குகிறேன்
பறவையின் சிறகெனப் பத்திரமாய் எடுத்து
நெஞ்சின்மேல் வைத்து உறங்குகிறார்கள்

கைகளை அப்படியே விட்டுவிட்டு
எழுந்துகொள்கிறேன்
கனவுகளை இழந்தவனின் கைகளுக்கும்
பயன் உண்டு.

●

மழைச் சொற்கள்

எனக்கென்று
சில சொற்கள் தயாரிக்கப்பட்டிருக்கின்றன
எங்கும்
அவற்றைப் பெற்றுக்கொள்ளவே
அங்கங்கே போகிறேன்

தயாரிப்பில் இல்லாத சொற்கள்
தவறியும் விழுந்துவிடக் கூடாதெனக்
கவனம் கொண்டிருக்கின்றன காதுகள்

எங்கிருந்தோ வந்த மழை
வீசிச் சென்ற சொற்கள்
வெளியே கிடக்கின்றன
நனைந்து.

நான்

செத்துப்போனவர் தொண்ணூறு வயதுக் கிழவர்
'நிறைவாழ்வு'
'கடைசிவரைக்கும் நினைவோடிருந்தார்'
'கொடுத்துவைத்த சாவு'

சிறுவயதில் துயரப்பட்டு
நடுவயதில் முன்னேற்றம் பெற்ற யாருக்கும்
இருக்கும் கதைகள் பல அவருக்குமிருந்தன
புறக்கணிப்பும் தனிமையும்தான்
முதுமைக்கு வழங்கப்படும் மரியாதை எனில்
அவரும் கௌரவிக்கப்பட்டார்

மலர் மாலைகள் குவிய
பெருந்திரள் இடுகாடுவரை வந்தது
கடைசி நிமிடத் தரிசனமாக
அவர் முகத்தைக் காண விழைந்தேன்

நரைத்த நிறைதாடி
தூக்கிய மேற்பற்கள்
குழிந்த கன்னம்
துக்க முகம்
அவரை இதற்குமுன் சந்தித்ததேயில்லை

கண்களை மூடும் அந்தக் கடைசி வரட்டியும்
வைக்கப்பட்டது
அம்முகத்தை அடிக்கடி பார்த்த நினைவு
அடையாளம்தான் தெரியவில்லை

எரியும் தீயில் தெளிவாய்த் தெரிந்தது
அந்த முகம்
எவருடையது என்று.

●

நேர்ச்சி

எனக்கென்று வீடிருக்கின்றது
அதில்
எனக்கென்று அறையிருக்கின்றது

எனக்கென்றும்
என்னைப் பார்க்க வரும்
நண்பர்களுக்கென்றும்
நாற்காலிகளுமுண்டு

அதிலொன்று
ஒற்றைக் காலொடிந்து முக்காலி
நாலைந்து பேர் வந்துவிடும் தருணத்தில்
யாராவதொருவர்
தயங்கிக்
கடைசியாய் உட்கார
நேர்ந்துவிடுகிறது
அதில்.

•

மரணக்குழி

வந்து நிற்கிறது அந்தகார இருள்
மை பூசிய திசைகளின் முகங்களைப்
பிரித்தறிய இனிச் சாத்தியமில்லை

இயக்கமெல்லாம் மோதல்
எதுவுமறியாக் குழந்தையின் கதறலோ
வெறும் எதிரொலி
சூன்யம் உதிர்க்கும் குரல்கள்
வௌவால் இறக்கைகள் பிய்த்துத் தின்னப்
பரபரக்கும் கைகளெங்கும் உதிரச் சொட்டல்

முகம் திரும்பும் புறமிருந்தெல்லாம்
மோதிக் கிழிக்கும் முள் காயங்கள்
திரளும் அடர்த்தியின் நசுக்கல்
லேசாக்கி ஊதித் தள்ளி விளையாட்டு
எதன் கையில் எவ்விடத்தில்

காலெடுக்க வழியில்லை
மரணக்குழி எதிரில்
ஒளி தொட்டு வரும்
சுட்டு விரலொன்று தாருங்கள்
இல்லை
குழி மூடிப் போக
மண் தள்ள வாருங்கள்.

•

அம்மாவின் ரேகை

அம்மாவிடம்
ரேகை வாங்கும் சந்தர்ப்பங்கள் கூடுகின்றன

எழுத்துப் பழக வற்புறுத்தி
விரல்களில் பேனா திணித்தபோதில்
களைக்கொத்தாய்ப் பற்றித்
தாளில் இறக்கிவிட்டது
பின்
பேனா பிடிக்கும் ஐவேசு எனக்கில்லையெனக்
கண்ணீருடன் மறுத்துப் போயிற்று

தேவையென்று சொன்னால் போதும்
எதற்கென்று கேட்காமல்
கட்டை விரல்கள் இரண்டையும்
தேய்த்துக் கழுவிக்கொண்டு வரும்
மை தடவும்போது
பெரிய அதிகாரியாய் என்னைப் பாவித்துக்
கூசிச் சிரிக்கும்

தாளில் உருட்டும் ஒவ்வொரு முறையும்
வெவ்வேறு வடிவமாகிறது
அம்மாவின் ரேகை
சிற்றுருளை
அகண்ட வரப்பு
காம்பற்ற மண்வெட்டி
வெட்டுப்பட்ட அடிமரம் ...

எல்லாவற்றிலும் ஓர் ஒற்றுமை
வரிகள் சிதைந்து
தழும்புகள் நிறைந்த ரேகை.

●

உன்னறை

உன் பொருள்களை எல்லாம்
சேகரித்து வந்து காற்றுத் திடலான
என் அறையை நிரப்பினேன்

எதை எவ்விதம் பயன்படுத்தினாயென அறியேன்
எதை எவ்விதம் பயன்படுத்துவது எனவும் அறியேன்
உன் விரல் பதிவுகளின் பொருட்டு
அவை என்னுடனே இருக்க விரும்பினேன்

அறை முழுக்க வெப்பம் பரவிப்
பொருள்கள் கூடிப் பேசிச் சிரிக்க
நள்ளிரவுத் தூக்கம் தொலைத்தேன்
ஒன்று, உன்னைப் போல் உதடு கடித்துக் காட்டிற்று
மற்றொன்று, நீயாகிப் பல் நெரித்தது
ஒன்று, உன்னைப்போல் கால் எம்பி நடந்தது
மற்றொன்று, நீயாகி உற்று நோக்கிற்று
ஒன்று, உன்னைப்போல் ஆடித் துவண்டது
மற்றொன்று, நீயாகி மேலே மோதிற்று

எங்கும் உன் அன்பின் சாயலில்லை
எதிலும் உன் நெகிழ்வின் தருணமில்லை
அறையை உனக்கென விட்டுவிட்டு
வெளியேறுவதைத் தவிர
எனக்கு வேறு வழியுமில்லை.

●

மயானத்தில் நிற்கும் மரம்

கண்ணாமூச்சி

நீங்கள் என்னை ஒருபோதும் பார்த்ததில்லை
நீங்கள் வரும்போதெல்லாம்
நான் ஒளிந்துகொள்கிறேன்
ஒளியும் இடங்களை நீங்கள் எளிதாகக்
கண்டுபிடித்திருக்க முடியும்

நீங்கள் தலையையும் முகத்தையும்
சீராக்கிக்கொள்ளும்
கண்ணாடிக்குப் பின்னால் நின்றிருப்பேன்
சிலசமயம்
நீங்கள் அமர்ந்திருக்கும்
நீண்ட இருக்கையின் அடியிருளில்
வாய் பொத்திப் படுத்துக்கிடப்பேன்

நீங்கள் மலரச் சிரித்துச்
சுற்றியெங்கும் கண்ணோட்டும்போது
குழந்தையின் சேகரிப்புப் பெட்டிக்குள்
காலுடைந்த பொம்மையெனக் குறுகி அமர்ந்திருப்பேன்
சிலசமயம்
காற்றில் பறக்கும் உங்கள் ஆடையின்
எஞ்சிய பகுதியில்தான் ஒளிந்திருப்பேன்

எனினும்
ஒருபோதும் உங்களால் கண்டுபிடிக்க முடிந்ததில்லை
என்னாலும்
ஒளிந்துகொள்ளாமலிருக்க முடியவில்லை.

வீட்டைத் தொலைத்தல்

எப்போதும் வீட்டிலேயே இருக்கிறேன்
வெளியே செல்லும்போது
காற்று முகத்திலடிக்கிறது
கொடியில் காயும் துணியாய்
வீட்டின் குரல்கள் ஓய்வற்று
எங்கும் ஒலித்துக்கொண்டேயிருக்கின்றன

மின்விசிறியின் எல்லைக்குள்ளேயே
கைகள் விரிகின்றன
சுவர்களில் மோதிமோதிக்
கால்கள் திரும்புகின்றன
வெளிச்சம் கூடும்போதெல்லாம்
கண்கள் கிலி கொள்கின்றன

வீடு என்னைத் தாங்கியிருக்கவில்லை
எப்போதும் வீட்டை நானே சுமக்கிறேன்

அசௌகரியமான வீட்டின்
குரல்வளையைப் பிடித்தெடுத்து
அருவி கொட்டும்
மலையுச்சி ஒன்றிலிருந்து
வீசியெறிந்துவிட்டு வந்தேன்

ஊர்ந்து நெளிந்து பரிதாப முகத்தோடு
அடிவாரத்தில் வந்து
என்னுள் சேர்ந்தேறிக்கொண்டது
வீட்டைத் தொலைக்க இயலா
துர்பாக்கியசாலி நான்.

மழை

மழை பெய்துகொண்டேயிருக்கிறது
மேடுகள் பள்ளங்களாகிவிட்டன
மண்முகமே தெரியவில்லை
காலிப் பாத்திரங்கள் எல்லாம்
நிரம்பி வெகுநேரமாயிற்று
சுவர்கள் அழுது கசிகின்றன

நனைந்த பறவைகள் நனைந்த மரங்களில்
நனைகின்றன
நோய்முகம் படிந்து விலங்குகள் கதறுகின்றன
செடிகள் அழுகி விழுகின்றன
கூக்குரல் அப்பி
இரவு நசநசத்துக் கிடக்கிறது

மழை பெய்துகொண்டேயிருக்கிறது
கிழட்டு நச்சரிப்பாய்.

மழைக்காலத்து நிலா

மழைக்காலத்து நிலாவைப்
பெரும்பாலும் பார்க்க முடிவதில்லை

மேகத்தை எடுத்துப் போர்த்திக்
குளிருக்கு அடக்கமாய்
வானின் ஏதோ மூலையில்
சுருண்டு கிடக்கக்கூடும்
குழந்தைகளின் அல்லது தேவதைகளின்
கனவுகளில் ஓரமுகம் காட்ட
இறங்கிப் போயிருக்கலாம்

பூமி மூடிய நீரில் பரவசமாகித்
தன்னந்தனியே
நனைந்து மிதக்க
வனாந்திரப் பாழி தேடிச் சென்றிருக்கலாம்

காணாதபோதும் மயக்கமூட்டுகிறது
மழைக்காலத்து நிலா.

●

ஒரு மின்னல்

சமதரையிலிருந்து
மூன்றடி உயர்த்தித்தான் கட்டினேன்
சுவர்களில் பறவைகள்
இட்டு வைக்கும் எச்சங்களைத்
தினமும் துடைத்து அள்ளுகிறேன்

சிறுமழை பெய்யினும்
தேங்கும் நீரில் வீடு தெப்பம்
எல்லாப்புறமும்
பசும்பாசிக் கொடிகள் ஏறுகின்றன
கிறுக்கல் வடிவ நீர்ப்பூச்சிகள்
எப்போதும் வீட்டையே சுற்றுகின்றன
இரவெல்லாம்
தவளைகள் கத்தித் தொலைக்கின்றன

இன்று அதிகாலை
கதவைத் திறந்தபோது
வாசற்படியில் தலைவைத்துச்
சுகமாய்த் தூங்கிக்கொண்டிருந்தது
அந்தப் பாம்பு

சலனத்தில்
அது ஒரு மின்னலெனச்
சற்றே புரண்டு படுக்கையில்
எனக்குப் புரிந்தது
அதன் வீட்டுக்குள் எனது வீடு.

சாமந்தியும் செவ்வந்தியும்

சின்ன வயதில்
கோழிக்குஞ்சொன்று வளர்த்தேன்
மஞ்சள் நிறமாயிருந்தது
சாமந்தி என்று பெயரிட்டேன்

என் தட்டின் மீதுட்கார்ந்து
ஒரு பக்கம் அது உண்ணும்
என் மடிக்குள் குறுகித்
தூக்கம் போடும்
மாலை நேரமானால்
என் தோளில் ஏறிக்கொள்ளும்
கரையான் பொறுக்கப் போவோம்

வெட்டவெளியில் திரியாமல்
செடிகொடிகளுக்குள் இரை தேடும்படி
அறிவுரை சொல்வேன்
சொல்பேச்சு கேட்காத கோபத்தில்
கூண்டுக்குள்ளும் அடைப்பேன்

என் சுட்டுவிரலை உயர்த்தி
அதன்மீது சாமந்தியை நிற்கப் பழக்குவதே
எங்கள் விளையாட்டு
கால்களை வைக்கத் தடுமாறிக்
கீழே விழும்போது
என் கைகள் விரிந்துகொள்ளும்

ஒருசமயம்
சுட்டுவிரல் மீதிருந்து
இறகை லேசாக விரித்து
வாசல்வெளியில் போயிறங்கியது
திரும்பியே பார்க்கவில்லை
இனிய கனவொன்று
சுவடற்றுத் தேய்வதைப்போல்
ஓடி மறைந்தது

அதன்பின்
அதே சின்ன வயதில்
இன்னொரு கோழிக்குஞ்சு வளர்த்தேன்
சிவப்பு நிறமாயிருந்தது
செவ்வந்தி என்று பெயரிட்டேன் ...

●

மயானத்தில் நிற்கும் மரம்

நிஜம்

அப்போது நீ
உனது காதலை நிஜமாகவே
எனக்கு வழங்கியிருந்தாய்
ஒரு வளையமாய்ச் சூழ்ந்து
உனது காதல் பாதுகாப்பளித்தது
நிஜமாக நான் சிரித்தேன்

என் கண்ணீர் நிஜமாகச் சுட்டது
சொற்கள் நிர்வாணமாய்ப் பிறந்தன
மலையுச்சியின் பரிசுத்தம் நிரம்பிய
எனது செயல்களைக் காட்சிக்கு வைத்திருந்தேன்
எனக்கு வெளியே இயக்கம் கொண்டிருந்த
எல்லாப் பொருள்களின் மீதும்கூட
நிஜத்தின் முத்திரையைப்
பதித்துக்கொண்டிருந்தேன்

அப்போது நீ
உனது காதலைத்
துளித்துளியாய்
உருவி எடுத்துக்கொண்டிருந்தாய்
நிஜமாகவே நானறியாமல்.

●

வெள்ளிசனிபுதன்
ஞாயிறுவியாழன்செவ்வாய்

வெள்ளிசனிபுதன்
ஞாயிறுவியாழன்செவ்வாய்
பெருமாள்முருகன்

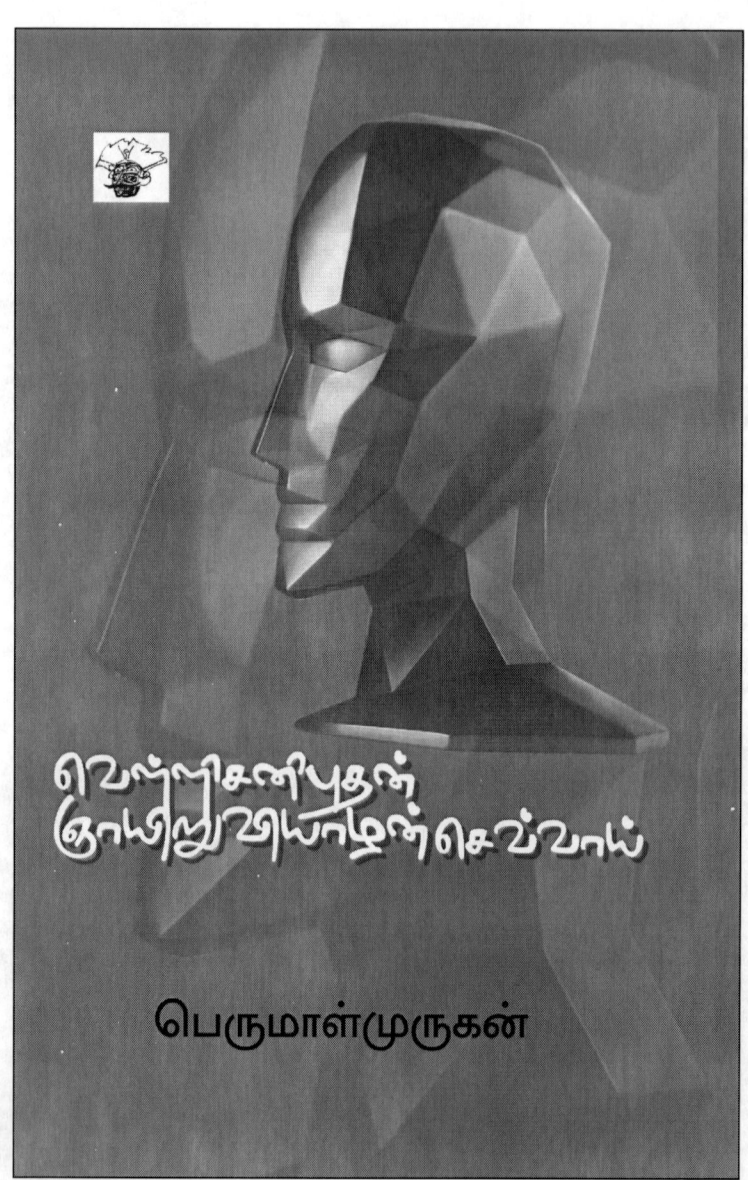

பறத்தலின் ஆயுள்

ஏதோ ஒருநாள் கொண்டாட்டப் போதில்
பரிசாக நமக்குள் வந்துசேர்ந்த குருவிகள் இவை

இந்த வீடு முழுதும் இணைபிரியாமல்
சுற்றித் திரிந்தன
அன்புப் பெருக்கில் அலகு தீண்டி அவை
கழுத்தோடு கழுத்தைப் பிணைத்துக்கொள்கையில்
நம் படுக்கையில் வெட்கத்தை விரிப்பாக்கினோம்

அற்பம் விரிவாகி ஒன்றையொன்று
கொத்திக் குதறி இறகுகள் சிதறுகையில்
மூலைக்கொருவராய்ப் பதுங்கிக்கொண்டோம்
எது நடந்தாலும் முடிவில்
அளவான இடைவெளியில் அவை
ஒன்றன் முகத்தை ஒன்று பார்த்தபடியே
உறைந்துபோகும் காட்சியில்
நம் பெருமூச்சுகள் உதிர்ந்து ஆசுவாசமானோம்

இத்தனை காலமிருந்தும் விவரமில்லாமல்
பறத்தலின் உற்சாகம் மீறிக்
கூரை முட்டி வீழ்ந்து கிடக்கின்றன
சிதறல்களைப் பொறுக்கிச் சேர்த்து
உயிரூட்டிவிடப் பதற்றத்தோடு முயல்கிறாய்

விடேன்
பறத்தலின் ஆயுள்
அவ்வளவுதான்.

●

மயானத்தில் நிற்கும் மரம்

வண்ண நட்சத்திரங்கள்

தொலைக்காட்சிச் சேனல் மாற்றும் சண்டையில்
கோபித்தோடிய என் குட்டிப்பையன்
பிறந்த நாள்களுக்கெனப்
பல மாதங்கள் முன்னரே
வரைந்து தயாரித்து
(ஓவியன் அவன்
எல்லாக் குழந்தைகளையும் போலவே)
அலமாரியில் வைத்திருந்த
அழகிய வாழ்த்து அட்டைகளைக்
காம்பசால் குத்திக் கிழித்தெறிந்தான்

நாட்குறிப்பை எடுத்துக்
கொல்வேன் கொல்வேன்
குத்திக் கொல்வேன்
என்றெழுதி வைத்தான்

அப்படியும் ஆத்திரம் அடங்காமல்
எறும்பு மருந்துக் கட்டியைக்
கடித்துத் தின்றுவிட்டுச்
'சாகிறேன் அழுங்கள்'
என்று வயிறெரியக் கத்தினான்

வண்ணங்கள் விரிந்து
நட்சத்திரங்களெனச்
சிற்றழகாய் மினுங்கும்படி
நான் காப்பாற்றி வைத்திருக்கும்
பூக்கள்
கருகி உதிர்கின்றன
உதிர்ந்துகொண்டேயிருக்கின்றன.

●

மரங்கொத்திகள்

நெடுஞ்சாலையோரம் சரிந்து கிடந்த
புளியமரச் செதில்களை
விரல்களால் நோண்டி எடுத்துக்
கூடையில் சேர்த்துக்கொண்டிருக்கிறாள்
சிறுமி ஒருத்தி

பாவாடை விரிய அவள் தாவும்போது
மரங்கொத்திபோல் தெரிகிறாள்
தீட்டிய கொண்டை
சந்தன முகம் நீள் அலகு
பொறிப்பொறிச் சிறகு
மனத்திலிருக்கும் மரங்கொத்தியை
ஏதாவது மரக்கிளையில் அமர்த்திப் பார்க்க
விரும்பித் தேடுகிறேன்

செதில்கள் நிரம்பிய மரச் சரிவொன்றில்
அழுந்த நின்று தண்டால் எடுக்கும்
க்கும் க்கும் என அழைக்கும்
அதன் காட்சி கிடைக்கவே இல்லை

மின்கம்பிகளில் கூடுகளைத்
தொங்க விட்டிருக்கும்
தூக்கணாங்குருவிகள்
குப்பைத் தொட்டிகளில்
எச்சில் இலை பிரிக்கும் காக்கைகள்
போல
ஏதாவது விதமாய்
எங்காவது பொருந்தியிருக்கக்கூடும்
மரங்கொத்திகளும்.

●

மயானத்தில் நிற்கும் மரம்

பிரபஞ்ச விரல்கள்

'ஊட்டு' என்கிறான்
மூக்கால் ஆனவன் அவன்

வாசனை பிடிக்குமானால்
முகம் மலர்ந்து
உள்ளிழுத்து நுகர்ந்து
ஆசையாய்
அவனே சாப்பிட்டுக்கொள்வான்

பிடிக்காதபோது
என் கை தேவைப்படும்
என் விரல்கள் அவ்வுணவில்
கலந்துவிடும் பிரியத்தால்
சுவை மாறிவிடுமா

நினைந்தூட்டும் தாய் முலைபோல
விரல்கள் குவித்துச்
சோறூட்டி ஊட்டித் திரும்புகிறது கை

எதையாவது
கதைபோலச் சொல்லிக்கொண்டேயிருக்க வேண்டும்
அவன் குரலுக்குக்
காதுகளை முழுதாகக் கொடுத்துவிட வேண்டும்
வெளியே கரையும்
காக்கையின் அழைப்புக்குக்கூட
கவனம் போகக் கூடாது
உதிர்ந்த பிஞ்சாய்
வதங்கிப் போகும் அவன் முகம்

கடைசிப் பருக்கைகளைத்
தலையாட்டலோடு உண்டுவிட்டு
அவசரமாய்ப் பை தூக்கி
ஓடுகிறான் வெளியே
பெருமூச்சோடு பார்த்துக்கொண்டிருக்கிறேன்
அவன் வாய் திறப்புக்காகக் காத்திருக்கின்றன
பிரபஞ்சத்தின் விரல்கள் குவிந்து.

●

உதவி

சமையல் எரிவாயு உருளையைத் திறந்து
அடுப்பைப் பற்ற வைக்கிறேன்
சில நொடிகள் எரிந்த தீ
நீலக் கை நீட்டி
ஏற்கனவே திறந்திருந்த
பக்கத்து அடுப்புக்குக் கைகொடுத்து
மூட்டிவிட்டுத் திரும்புகிறது

அதிர்ச்சியும் பதற்றமும் தீர்ந்து
முடிந்த பின்னும்
நீலக்கை லாகவமாய் நீண்டு
உதவித் திரும்பும்
காட்சியே நிலைத்திருக்கிறது மனதில்.

●

ஆகாயகங்கை எனும் கொல்லியருவி

இந்த முறை போனபோது
அருகே மிக அருகே
தாவிப்போய்
அண்ணாந்து
முகம் காட்ட முடிந்தது

ஒருகணம்
சாட்டை வீச்சாய் முகத்தில் இறங்கியும்
மறுகணம்
ஏதுமற்றும் அசைகிறது

மேலெல்லாம் பட வேண்டும்
வடுவேறிய குளிர்க் கரங்கள்
வருடித் தர வேண்டும்
உடலைத் திருப்பித் திருப்பிக் காட்டுகிறேன்

குனிந்தும் நிமிர்ந்தும் நனைந்து
வெறியேறுகிறது
நீர்விழுதைக் குஞ்சி இழுத்துப்
பிடித்தேறிச் செல்கிறேன்

மெல்ல இறுக்கிக் கொண்டு
திரும்பிச் சிரித்தபடி
செல்லமாய்த் தலையில் தட்டுகிறது
என் தாத்தாவின் கோவண வாலாய்த்
தொங்கிக்கொண்டிருக்கும் அருவி.

பல்லக்கு

தினம் அதிகாலையில்
பல்லக்கு புறப்படுகிறது
இலவச வாய்க்கரிசியைக் காக்கைகளுக்கு
அள்ளி வீசியதும்
அன்றைய நாள் உயிர்த்தெழுகிறது

அடிப்பொடிகள் எதிரிகள்
புழு பூச்சிகள்
பாரபட்சமின்றி
ஆசி வார்த்தைகள் விழுந்ததும்
வாழ்த்தொலிகள் முழங்குகின்றன

எல்லாப் பக்கங்களிலும்
தன் பெயரே அச்சிடப்பட்ட
புத்தக வெளியீடுகள்
தானே உருவாக்கித்
தானே வழங்கித்
தானே பெற்று
தானே முடிக்கும் விருதுகள்
பொதுக்கூட்டம்
பேரணி ஊர்வலம்
எல்லாம் கடந்தாயிற்று
இப்போது
மாநாடுகள் மட்டும்தான்

நகர்களுக்குப் பெயர்கள்
பொன்மொழிப் பதிவுகள்
அலங்கார வளைவுகள்
நினைவுச் சின்னங்கள்

சுபிட்சம் கொழிக்கும் நாட்டிற்கு
எல்லாம் செய்து முடித்து
நள்ளிரவில்
பல்லக்குத் திரும்புகிறது

செய்ய வேண்டிய
ஒன்றே ஒன்றைப்
பற்றிய சிந்தனை மட்டும்தான்
எல்லாக் கோயில்களிலும்
சிலைகளை மாற்றுதல்.

●

மயானத்தில் நிற்கும் மரம்

கேட்பவன்

'கைய மடக்கி இறுக்கி
ஒரு பையனக் குத்துனாம்பா'
சொன்னாள் அவள்

'கோள்மூட்டி கோள்மூட்டி'
முனகிக்கொண்டு
மிரட்சியோடு என் முகத்தைப் பார்த்தான்

குறுஞ்சிரிப்பால் உற்சாகமாகிச்
சண்டைக் காட்சியை விவரிக்கத் தொடங்கினான்
'பெரீய்ய இவன்னு நெனப்பு அவனுக்கு'
'அவந்தாம்பா மொதல்ல குத்துனான்'
'வேணும்னா பூபதியக் கேட்டுப்பாரு'

எதிரிக்குக் குணாம்சங்களைக் கொடுத்தல்
தன் தரப்பை நியாயப்படுத்தல்
சாட்சிகளை உருவாக்குதல்
என வெகுதேர்ச்சியுடன்
அவன் விவரிப்பு தொடர்ந்தது

வெறும் சண்டையை மட்டும்
விவரித்திருக்கக் கூடும் அவன்
கேட்பவன்
அப்பனல்ல எனில்.

ஆதி

நெருங்கிச் சரிந்த
வாழைக்குலை உச்சியில்
கூடு கட்டியிருக்கிறது
சிறுகுருவி

காய் நுனிச் சருகுகள்
உதிரத் தொடங்கிவிட்டன
எனினும்
மேலிலை தாழ்ந்து
வெயில் மறைக்கக்
கூட்டுக்குள் வந்து போகிறது குருவி

குலை வெட்டுப்படும் காலம்
குறுகிவிட்டது
எந்தப் பதற்றமும் இன்றிக்
கூட்டை ஒழுங்குபடுத்துகிறது குருவி
முட்டை இட்டு அடை காத்துக்
குஞ்சு பொரித்து உணவூட்டி
இறகு முளைத்து வளர்ந்து
பறக்கப் பழகிப் பறந்து ...

கூடு?

குலை வெட்டுப்படும் காலம்
குறுகிவிட்டது
குருவி நினைத்திருக்கும்
காய் முதிர்ந்து
பழமாகிப்
பழம் கனியாகி
உணவாகி உதிர்ந்து
குலை சிதைந்தாலும்
காம்புகளின் மேலிருக்கும்
கூடெடன

ஆதி உணர்வு
இன்னும்.

•

பெருவேலை

பெருங்காற்று ஓலம்
கேட்கும்போதே
கதவை மூடிக்கொள்கிறேன்

பனிச்சாரல்
தூரத்தில் தெரியும்போதே
ஜன்னல்களை அடைத்து
முடங்கிக்கொள்கிறேன்

முட்டி முட்டி மோதினாலும்
மழை
பலங்குன்றிப் பின்வாங்கச்
சுவர்களின் துவாரங்களை
அடைத்துவிடுகிறேன்

தும்பிகளோ வண்ணத்துப் பூச்சிகளோ
சிலந்திகளோ
உட்புகுந்து
கூடமைத்து விடுமென
எல்லாப்புறமும்
வலை அடித்து வைத்திருக்கிறேன்

எனினும்
கொக்கிகள் தாழ்களை
மாட்டும்போது
துவாரங்களை அடைக்கும்போது
அறை மூலையில்
மௌனமாய் வந்து
குந்திக்கொள்ளும்
உன்னைக் கண்டுகொள்ளாமல்
புறந்தள்ள முயல்வதே
பெருவேலையாயிருக்கிறது.

•

சாலைகள்

ரத்தம் உறிஞ்சிய
வடுக்களால் ஆனவை
சாலைகள்

இன்று காலை
உச்ச நேரத்தில்
பேருந்தில் தொங்கிப் போனவனின்
முதுகுப் பை அடித்து
விழுந்த பெண்ணின் தலையில்
பின்சக்கரம் ஏறிப்
பாய்ந்த ரத்தத்தைக்
குடித்தது சாலை

வெகுநாளைய தாகத்தைத்
தணித்துக் கொள்வதுபோல்
அத்தனை அவசரம்

கொஞ்ச நேரத்தில்
நின்று நிதானித்துக்
குனிந்து பார்த்தால் மட்டுமே
தெரிகிற மாதிரி
லேசான தழும்பொன்று மட்டும்
மிஞ்சியது சாலையில்

ஆனால்
சாலையை அடைத்து ஊரும்
வாகனாதிகள் குறையவில்லை
வேகத்தில் மாற்றமில்லை
மனிதத் தலைகளோ கூடியபடியே

எனில்
எல்லா வீடுகளின் இறுக்கங்களும்
சேர்ந்து விரட்ட
அரவணைக்கும் கரமாய் நீள்வதில்
பேதமற்றவை சாலைகள்.

●

கடவுளின் சவம்

இன்றெனக்கு ஒருவேலையும் இல்லை என்பதால்
கடவுளின் சவ ஊர்வலத்திற்குச் சென்றேன்
தடிகளால் கட்டப்பட்ட நீள்வரிசையில் நின்றேன்

இடைவெளிக்குள் புகுந்து
வரிசைக்குள் நுழைந்துகொண்டிருந்தனர் சிலர்
யாருடைய கைகளிலோ எதையோ திணித்து
முன்வரிசைக்குப் போயிருந்தனர் சிலர்

கடவுளுக்குச் சார்த்தவென ஏராளமான மாலைகள்
இருபுறமும் விற்றபடியே இருந்தன
கடவுளுக்குச் செய்யப்பட்டிருக்கும் அலங்காரம் பற்றி
விதவிதமாகக் கற்பனை செய்து
பேசிக்கொண்டிருந்ததால்
கலகலப்புக்கும் சிரிப்புக்கும் குறைவேயில்லை

இடையிடையே புண்ணியம் கலந்து
பரிமாறப்பட்ட பானங்கள் உணவுப் பொட்டலங்கள்
வெகுதூரம் வெகுநேரம்
சேகண்டி ஒலி கோஷம்
சாம்பிராணிப் புகை மூட்டம்
'போ போ' தள்ளல்கள்

வெளிவந்து சொன்னேன்
கடவுளின் சவம் காணக்
கண் கோடி வேண்டும்.

அந்தச் சொல்

உன்னிடமிருப்பது ஒரே ஒரு சொல்தான்
அந்தச் சொல்லே
உன்னை மாயக்காரியாக்குகிறது

அந்தச் சொல்லை உதறி விரிக்கிறாய்
கண்ணிகள் நெருங்கிய மாபெரும் வலையாய்
விரிந்து புரள்கிறது
அந்தச் சொல்லை வீசி எறிகிறாய்
வானெங்கும் நட்சத்திரங்களாய்
உயிர் பெற்று ஒளிர்கிறது

அந்தச் சொல்லை நீ கொட்டும்போது
பெருமழை பெய்ய நனைந்திருக்கிறேன்
அந்தச் சொல்
பாதாளச் சிறை ஒன்றைக்கூட
உருவாக்கியது

அந்தச் சொல்
கூர் மின்னலாய்க் கண் பறித்து
மறைந்ததும் உண்டு
அந்தச் சொல்லால்
நீ சிருஷ்டித்த
கரைகாணாப் பெருங்குளம்
கருணை அலையடித்துப் புரள்கிறது ஒருபுறம்

அந்தச் சொல் ஏவி
நீ மூட்டிய கானத்தீ
ஆண்டாண்டாய்க் கொடும்பசி கொண்டு
உயர்ந்தெரிந்தபடியே இருக்கிறது

அந்தச் சொல்லை
உன்னிலிருந்து உருவியெடுக்கும்
எந்தத் தந்திரமும் பயனற்றுப் போய்
எரியவும் நீந்தவும்
நீந்தவும் எரியவும் எனச்
சுழலும் துரும்பாகிப் போனேன்.

●

அரளி உதிர்த்த பூக்கள்

இழவு வீட்டின் சாயல் ஏதுமில்லாமல்
என் வீட்டு முன் ஒரு சாவு நிகழ்ந்தது
அரளிச் செடியடியில் குவிமணலில்
எப்போதும் படுத்துறங்குவதுபோல்
அந்த நாய் இறந்து போயிருந்தது

விஷப்பூச்சி தீண்டியிருக்கலாம்
ஆகாத உணவை யாரேனும் வைத்திருக்கலாம்
சிலநாள் உடல்நிலை
சரியில்லாமலும் இருந்திருக்கலாம்

ஓரிடம் என்றில்லாமல்
அலைந்து திரியும் தெருநாய்க்கு
எதுவும் எப்போதும் நேரலாம்
இருக்கும் வரை
எங்கே போவதெனத் தீர்மானித்துக்கொள்ளாமலே
போய்க்கொண்டிருந்தது

எங்கே படுத்துறங்குவதென யாரும் அதற்கு
விதித்திருக்கவில்லை
யாருக்கும் பதில் சொல்ல அது
கடமைப்பட்டிருக்கவில்லை
அடுத்த வேளை உணவுக்கென
எந்த ஏற்பாடும் செய்து பதற்றமடைந்ததில்லை

கல்லெறிபவரைக் கண்டால் விலகி ஓடவும்
உணவிடுபவரை ஒரு வாலாட்டலால்
பெருமைப்படுத்தவும்
செய்தது தவிர
உறவேதுமில்லை அதற்கு

உடல்மீது
அரளி உதிர்த்த பூக்கள்.

●

காட்டுச் செடி

பால்யத்தின் நச்சரிப்பு தாங்க முடியவில்லை
சரி
நினைவாய் இருக்கட்டுமெனக்
காட்டுச்செடி ஒன்றைப் பிடுங்கி வந்து
தொட்டியில் நட்டுச் சுவர்மேல் வைத்தேன்

வேர் பிடித்துத் துளிர்விட்டு வளர்ந்து
கையகலத் தொட்டி நிரம்பி வழிந்தது
வெளி நீளும் விரல்களை நறுக்கினேன்
உயர்ந்தெழும்பும் தலைகளைக் கத்தரித்தேன்
தொட்டியின் அளவுக்குள் எல்லாம் அடங்கச்
செடிக்குப் பழக்கிவிடுவதென முயன்றேன்

அன்றாடம் ஒருகுவளை நீர் போதும்
ஒருசாண் உயர மண் கவளம்
மூச்சு விடவோர் தொட்டிச் சிறுதுளை
இன்னும் இதற்கு என்ன வேண்டும்?
நிம்மதியாய் வாழட்டுமென வாழ்த்தினேன்

தொட்டித் துளை வழியே வெளியேறிச்
சுவருள் நுழைந்து தரை படர்ந்து
என் படுக்கை சூழ்ந்து நேற்றிரவு
வலையென விரிந்து நின்றது வேர்

இரவெல்லாம் கட்டுண்டு கிடந்தேன்
மூச்சு வாங்கியபடி காலையில் எழுந்ததும்
காட்டுச் செடியைப் பிடுங்கி எறிந்தேன்
தொட்டிக்கு ஏற்றதொரு சிறுவேர்ச் செடியைக்
கண்டுணர்ந்து நட்டு வைத்தேன்
பிளாஸ்டிக் போன்ற அதன் தடித்த இலையில்
என் பால்யம் கண்டு சிலிர்த்தேன்

அதுமுதல் தொந்தரவு ஏதுமில்லை.

•

நடனம்

புதர் நடுச் சிறுவெளி
சாரைப் பாம்புப் பிணையல்
எழுந்தெழுந்து தாழும் தலை
முறுக்கி நெகிழும்
உடல் நிகழ்த்தும் அசைவுகள்
காற்றுத் தாளம்
ஏகாந்த வெளியெங்கும்
நடனம்.

●

இன்று பகல்

விருந்துபசார நிகழ்ச்சி ஒன்றில்
இன்று பகல் முழுதும்
அதிகாரத்தின் அருகிலேயே இருக்க நேர்ந்தது

சற்றும் விலக முடியாமல்
கண்ணசைவில் சிக்குண்டு கிடந்தேன்
உப்புக் காகிதமாய் என்மேல்
உராய்ந்தபடியே இருந்தது
அருவ நாக்கொன்று காற்றில் அசைந்தபடி
இரத்தச் சொட்டுக்களை
நக்கிக்கொண்டிருந்தது

புணர்குறியின் விறைப்பும் வேகமும் விரட்டின சிலகணம்
தொய்ந்து கிடக்கையில்
தொட்டு ஆட்டிச் சிரிக்கலாம் போலிருந்தது
சுட்டு விரல் கொண்டு மெல்ல ஆட்டிப் பார்த்துச்
சட்டென விலகினேன்
எந்நேரமும் விறைத்திடலாம்

மிருதுவும் கண்டிப்பும் கலந்த ஆணை
வேளைக்கு வேளை மாறிய ஆடைகள்
நெருக்கத்திற்கும் விலகலுக்குமான சமிக்ஞைகள்
சிரித்தால் எங்கும் சிரிப்பு
மௌனம் எனில் எதிலும் மௌனம்
அளவான பேச்சு தெளிவான திட்டம்
நேர வரையறை எதற்கும் அபிப்ராயம்

இருள் பரவப் பரவக் கண்கள் முளைத்தன
நட்சத்திர எண்ணிக்கையை விஞ்சும் கண்கள்
கண்கள் துளைக்க எல்லாப்புறமும்
மிரண்டு ஓடிக்கொண்டேயிருக்கிறேன்.

●

மயானத்தில் நிற்கும் மரம்

பிடி இறுகிக்கொண்டேயிருக்கிறது

அவன் எதுவும் பேசவில்லை
கண்ணீர்த் துளிகள் நிலவொளியில் மினுங்கின

தலைகுனிந்து மண்டியிட்டுப்
பூமாதேவியை வணங்குபவன் போலக்
குப்புறப் படுத்தவன்
என் கால்களைப் பிடித்துக்கொண்டான்

சந்தோசமாகத்தான் இருந்தது
எத்தனை நேரம்
அவன் தன் பிடியை விடுவதாயில்லை
எல்லாக் கோரிக்கைகளையும்
ஏற்பதாகக் கத்திப் பார்த்தேன்

அவன் ஒரு கோரிக்கையும் வைக்கவில்லை
எனினும்
பிடி இறுகிக்கொண்டேயிருக்கிறது
கண்ணீரால் நனைந்த பாதங்கள்
வெம்மையில் தவிக்கின்றன
பிரயாசையோடு
உதறி எறிந்துவிட்டு ஓடுகிறேன்

அகற்ற இயலாமல் உடன்
அவன் கைப்பிடி விலங்கு.

யாராலும்

யாரோடும்
எதையும் பகிர்ந்துகொள்ள முடியவில்லை
யாருடனும்
எப்போதும் சேர்ந்திருக்க இயலவில்லை
யாரும்
எதுவும் சொல்லத் தாங்க முடியவில்லை
யாரையும்
இருக்கும்படி பொறுத்துக்கொள்ள இயலவில்லை
யாருக்கும்
ஒருபயனும் விளைவிக்க ஆகவில்லை

தனியனாய்த் தனியனாய்த் திரிவதே
நன்று
தனியனாய்த்
தனியனாய்த் தவித்திருக்கலானேன்.

●

ஒருபோதும் மழை

எங்கள் ஊருக்கு
எப்போதாவது வந்து போகும் விருந்தாளி
மழை

நாங்கள் எந்தத் தயாரிப்பும் செய்திராத
எதிர்பாராத் தருணத்தில்
திடுமென வந்து அச்சுறுத்திவிட்டுச்
சுவடு தெரியாமல் ஓடிவிடுவதுண்டு
அதிசயமாய்ப் பேசிக்கொண்டிருப்போம்.

வரவேற்பு ஏற்பாடுகள் எல்லாம்
தடபுடலாய்ச் செய்துவைத்திருக்கும் நாளில்
கொட்டு முழக்குடன்
புது மருமகன் போல வந்திறங்கும்
சிலநாள் விருந்தாடி விட்டுப்
பிரியா விடைபெற்றுச் செல்லும்
அதன் பணிவையும் மரியாதையையும்
வியந்து போற்றுவோம்.

சிலசமயம் பெருங்கோபத்துடன் ஆவேசமாய் வந்து
தொடர்ந்து தங்கிக்கொள்ளும்
எந்த விரட்டலுக்கும் மசியாது
திட்டித் தீர்ப்போம் சட்டை செய்யாது
சுவர்களை இடிக்கும் பள்ளங்களை நிறைக்கும்
உன்மத்தம் கொண்டாடும் உயிர் பறிக்கும்
அழிச்சாட்டியம் செய்துவிட்டுப் பின்
நிதானமாகத் திரும்பிச் செல்லும்.

எந்தப் புதையிருட்டில் போய் மூழ்குமோ
கடல் மலை கடந்து
கிளி உயிரில் போய் முடங்குமோ
சில வருசம் வரவே வராது
வருந்தி அழைப்போம்.

ஒப்பாரி பாடி அழுவோம்
மனமிரங்காக் குரூர விளையாட்டு
துயர் கண்டு
கண்ணாமூச்சி காட்டிச் சிரிக்கும்

என்ன செய்தாலும்
எப்படி இருந்தாலும்
எப்போதும் நாங்கள் எதிர்பார்க்கும் விருந்தாளி
நினைத்துக்கொண்டேயிருக்கும் விருந்தாளி
மழை

ஏனெனில்
ஒருபோதும் மழை
வெறுங்கையோடு வருவதில்லை.

●

சிறுஅறை

சிறுஅறைக்குள்
அடைபட்டுக் கிடக்கும் அவனுக்கு
அது
சிறுஅறையென்பது தெரியாது

அங்கும்
ஒளியுண்டு இருளுண்டு
வெளியுண்டு வானுண்டு

அது
சிறுஅறையென
அவனுக்குத் தெரியாமலிருப்பது
எவ்வளவு பெரிய பாக்கியம்.

●

ஈர இரவுகள்

இந்த
ஈர இரவில் உறக்கமில்லை

படுக்கைக் கால்மாட்டில்
புரளும் பெருவெள்ளம்
பெயர்ந்து கிடக்கும் மரங்கள்
மிதக்கும் உடல்கள்
படுக்கைத் தலைமாட்டில்
நடுங்கும் கூக்குரல்கள்
முழங்கும் வெடியோசை
இரத்தக் காடு

நேற்றைய இரவிலும்
இதே ஈரம்தான்
விழி மூட இயலவில்லை
என் மண்ணையும் வீட்டையும்
சூழ்ந்துகொண்ட ஆக்கிரமிப்பின்
தீக்கண்களுக்கு அஞ்சிக்
குறுகிக் கிடந்தேன்

நாளை வரும் வேறொரு
ஈர இரவுக்காகக் கொஞ்சம்
மதுவைச் சேகரித்துக்கொள்ள முடிந்தால் பரவாயில்லை

இரவுகள் பறிக்கப்பட்ட காலம் இது
உறக்கம் மறந்த தலைமுறை நான்.

●

மயானத்தில் நிற்கும் மரம்

திகம்பரக் குளியல்

சிற்றோடை
எம்பி விழுந்து
அருவியாகும் கானகம்

வெயில் வடிக்கும்
இருபுற மர உச்சிகளில்
ஒலிமுகம் காட்டும் பறவைகள்

நீர் தேய்த்த
வழுக்கல் பாறையேறி நின்றேன்
தீராக் குளியல் வெறியில்
திகம்பரனாக்கி
அருவி மூடிற்று

பாறைகளில் உருண்டு
கிளைகளில் தாவி
வானகம் பறந்து
மீண்டும்
அருவிக்குள் இறங்கினேன்

ஒரு கணத்தில்
ஆயிரமாயிரம் ஆண்டுகள்
கடந்தது உடல்.

•

நீலப்படக் காட்சிகள்

நான் பார்த்த நீலப்படங்களில்
நினைவில் இருக்கும் காட்சிகள் சில:

பருத்த முலைகள் கொண்ட
இரு பெண்களைப் புணரும்
(சிறுவனுமல்லாத இளைஞனுமல்லாத)
சிறுபையன்
சட்டை கழற்றுகையில்
கக்கத்தில் கிழிசல்கள் தெரிந்தன

வெள்ளைக்காரன் ஒருவன்
உறை மாட்டிய பின்
தன் குறியைக்
கறுப்புப் பெண்ணொருத்திக்குச்
சுவைக்கக் கொடுத்தான்

வேறொன்றில் ஒருவன்
இடைவிடாமல்
அப்படி இப்படி எனப்
பெண்ணுடலை ஏவிக்கொண்டேயிருந்தான்

உடல் காட்டக் கூசிக்
கவிழ்ந்துகொண்ட பெண்ணை
வலுக்கட்டாயமாய்த்
திருப்பிப் புணர்ந்தான் ஒருவன்

பரிதாபமாய்த் தோன்றிய
பையனின் குறிக்கு
வாய் கொடுக்க மறுத்துத் தள்ளினாள்
பெரும்பெண்ணொருத்தி

நோய்க்கூறுள்ள மூளையைச்
சுமந்து அலைந்துகொண்டிருக்கிறேன்
நான்.

•

மயானத்தில் நிற்கும் மரம்

2009 ஜனவரி 1

புத்தாண்டின் முதல் தேநீரைத் தயாரித்தேன்
பழைய தூள்
அதே பாத்திரம்
சில்லிட்ட பனிநீர்
வழக்கமான பால்
எனினும் இந்தத் தேநீரைப் புதிதாக்கிவிட வேண்டும்
என முயன்றேன்

சாதனைப் பெருமிதம் கொண்ட
தலைவர்களின் வாழ்த்துச் செய்திகள்
எதிர்காலத் திட்டங்கள் விளக்கும் ஊடகப் பிரபலங்கள்
எங்கும் கொண்டாட்டப் பெருவெள்ளக் காட்சிகள்

நானும்
கழிந்த ஆண்டின் கசப்புகளைத்
தேக்கி வைத்திருக்கும் தூளை அமுக்கக்
கூடுதல் சர்க்கரை பெய்தேன்
நிதானமாக வடித்து
மிதமான சூட்டில் ஆற்றி
இந்த ஆண்டின் முதல் மிடறை உறிஞ்சினேன்

தூள் வேகவில்லை
பால் மொச்சை
எப்படி நினைத்துக்கொண்டாலும்
பழைய தேநீர்தான் என்பதைத்
தவிர்க்க முடியவில்லை.

●

கழிப்பறைகள் வாழ்க

அவனிடம் பேசுவதற்கு
நான் தேர்ந்தெடுத்திருக்கும் இடம்
கழிப்பறை

பிசுக்கேறிய நாற்காலியில்
உட்கார்ந்துகொண்டான் என்றால்
உச்சிப்பொழுதுப் பாறைமுகம்
வந்துவிடும் அவனுக்கு
பரப்பும் சொற்களைப் பொரித்துத்
திருப்பி முகத்திலடிக்கும் அது
செருப்பை உருவிக்கொண்டு
பொசுக்கி விரட்டும்
வெம்மை பறக்கும் அதன்முன்
விநாடி நேரம் துயர யுகம்

நாற்காலி விட்டு
நகர்ந்தேகும் வழிகளெங்கும்
கிரீடம் ஏந்தும் தலை அவனுக்கு
கம்பள விரிப்பில்
பூவிதழ்ப் பரப்பில்
துதிகள் எழும்ப மிதக்கும் அது
கண்காணிப்புப் பாவனையில்
கண்கள் மட்டும் சுழலும்

அவனிடம் பேசுவதற்கு
(தகவல்கள் சேகரிக்க, கோரிக்கைகள் வைக்க என)
நான் தேர்ந்தெடுத்திருக்கும் இடம்
கழிப்பறை

குறி தளர்த்திப்
புகைத்துக்கொண்டிருக்கையில்
லேசாகச் சிரிக்கவும் செய்வான் அவன்.

●

மயானத்தில் நிற்கும் மரம்

புகழ் சேர்க்கும் ஊர்

கோழிப் பண்ணைகள் புகழ் சேர்க்கும் ஊர் எனது

நீண்ட அடுக்குப் பண்ணை வீடுகளில்
குறுங்கால் வெள்ளைக் கோழிகள்
இரை தின்றபடி நிற்கும்
குழுவாக அவையிடும் இரைச்சல்
கட்டிடம் தாண்டி வெளியேறாது
பக்கத்துக் கோழியின் அலகில்
செல்லமாய்க் கொத்தி அவ்வப்போது
ஒருவார்த்தை பேசிக்கொள்ளும்

புஷ்டியாக வளரவென்று
இடைவிடாத தீனித் திணிப்பு
மருந்து புகட்டலும் ஊசி குத்தலும்
அதற்கு மூளையும் உண்டு
வழுவழுப்பான சுவை மூளை

கோழிப் பண்ணைகள் புகழ் சேர்க்கும் ஊர் எனது

எங்கள் கோழிகளைத் தமிழகம் எங்கும் அனுப்புகிறோம்
இந்தியா முழுவதும் எங்களூர்க் கோழிகள்தாம்
உலகுக்கே கோழி ஏற்றுமதியாளர்கள் நாங்கள்
தோலுரித்துச் செக்கச் செவேலெனச் சதைப்பிண்டமாய்த்
தொங்கும் கோழிகள் எங்கள் ஊர்ப் பெருமை
சாதாரணச் சில்லிக் கடையிலிருந்து
ஐந்து நட்சத்திர உணவகங்கள் வரை
நீங்கள் ருசியாகப் புசிக்கும் கோழிகள்
எங்கள் தயாரிப்புகளே

ஒருமுறை
கோழிப் பண்ணை ஒன்றைப்
பார்வையிட்டுக்கொண்டிருந்தபோது
என் சின்னஞ்சிறு மகன் கேட்டான்
"இது கோழிப் பள்ளிக்கூடமாப்பா?"

சரிதான் என்று ஆமோதிக்க வேண்டியிருந்தது
அதுமுதல் இப்படிச் சொல்லிக்கொள்கிறேன்
கோழிப் பள்ளிக்கூடங்கள் புகழ் சேர்க்கும் ஊர் எனது.

•

தற்கொலை முனை

எல்லாக் கதவுகளும் ஜன்னல்களும்
சுவர்களாய் இறுகிப்போன நள்ளிரவில்
படிகளேறி ஏறி
மொட்டை மாடியை அடைந்தான்

காற்று நின்றுபோயிருந்தது
கீழடிவானில் கழுத்தரியத் தோதான
நிலவுப்பிறை

நிமிர்ந்த குறியெனத் தோன்றிய
தண்ணீர்த் தொட்டியின் மேலேறினான்
விழித்துக்கொண்டே குதித்தான்

சுவரில்
ஜன்னல் ஷேடில்
மோதி மோதிச்
சுற்றுச்சுவர் சந்தில்
மடிந்து விழுந்தான்
தெறித்த ரத்தம்
ஒழுகும் ரத்தம்
வடியும் ரத்தம்
பரவும் ரத்தம்

எந்த நவீன மூலிகை
ஆம்வே தயாரிப்பாலும்
போக்க முடியாத கறையை
வடுவை
வீட்டுக்கு உண்டாக்கிவிட்டு
ஆழ்ந்த திருப்தியில்
விழிகளை மூடிக்கொண்டான்.

●

எது வசதி?

முதலில் கைகள்தான்
மரத்துப்போகத் தொடங்கின
கொஞ்சம் கொஞ்சமாகக்
கால்களும்

நீட்டவும் மடக்கவும் என
உன் விளையாட்டு
சந்தோஷமாகத் தொடர்ந்தது

இடுப்பும் பிடித்து
நெஞ்சுக்கூடும் சமதளமாயிற்று
அசைந்துகொண்டிருந்த தலை
உன் கைச் சுழற்றலுக்கேற்பச் சுழன்று
திசை தடுமாறி நிற்கலாயிற்று
விழித்துக் கிடந்த கண்களையும்
விரல் அசைவால்
திறக்கவும் மூடவும் செய்தாய்

எல்லாம் சரி
இப்போது உன் பிரச்சினை
சாவி கொடுக்கும் பொம்மையாக்குவதா?
பேட்டரியில் இயங்கும் பொம்மையாக்குவதா?
சாவி கொடுப்பதில் கை கொண்டு இயக்கும் திருப்தியுண்டு
ஆனால் பேட்டரி என்றால் ரிமோட் கையாளலாம்

எது வசதி?
எதுவென்றாலும் பிரச்சினை எனக்கில்லை
குழந்தையாகிவிட்ட உன்னை
ரசித்துக்கொண்டிருக்கிறேன்.

●

அடுக்குமாடி அங்காடி

தார்ச்சாலை ஓரத்தில் முளைத்த செடியாய்
மிதிபட்டு வதங்கிப் புகை சுவாசித்து
நொய்ந்த மாலை நேரமொன்றில் ஆசுவாசமாய்
அடுக்குமாடிப் பல்பொருள் அங்காடி ஒன்றினுள் நுழைந்தேன்

ஜொலிக்கும் விளக்கும் ஓடும் படிகளும்
வான் நோக்கி விரிந்த அதனுள் வாய்பிளந்து திரிந்தேன்
பொருள் குவித்த கடைகள்
கடைகள் கடந்து கடந்து கடந்தே
போகவேண்டியிருந்தது

பயன்படுத்தியும் பார்த்துமிராத ஏராளம் பொருட்கள்
வாங்கிக் குவிக்கும் நெரிசலில் வெறும் பார்வையாளனாய்க்
கூச்சத்துடன் ஏறிக்கொண்டேயிருந்தேன்

எத்தனாம் அடுக்கு என்றறியவியலாத உச்சி ஒன்றில்
பெண்கள் விற்கும் கடையும் பெண்களை விற்கும் கடையும்
ஆண்கள் விற்கும் கடையும் ஆண்களை விற்கும் கடையும்
குழந்தைகள் விற்கும் கடையும் குழந்தைகளை விற்கும் கடையும்
நிறைந்திருந்தன

எங்கெங்கும் விலைச்சீட்டு மாட்டப்பட்ட கழுத்துகள்
பெண்கள் சிரித்தும் நடந்தும் காட்டினார்கள்
கடையினுள்ளே தாய்களும் கிழவிகளும் கிடந்தார்கள்

ஆண்கள் கடைகளில் புஜபலன் காட்சிகள்
நீண்டு கிடந்த உள்ளே பலம் குறைந்த இறங்கு வரிசை
விளையாடியும் குறும்பு செய்தும் ஈர்க்கும் குழந்தைகளைக்
கடப்பதுதான் யாருக்கும் கொஞ்சம் கஷ்டம்

நம்பிக்கை ஊட்டிய அந்த அடுக்கில்
விலைச்சீட்டு மாட்டப்பட்ட விற்பனைப் பொருளாய்
மூலை ஒன்றில் குந்திக்கொண்டேன்.

•

விசித்திர வடிவம்

உன் நாற்காலியின் வடிவம் விசித்திரமாயிருக்கிறது

நீண்ட முதுகு அகண்ட பிருஷ்டம்
பிசுக்கேறிய கைப்பிடிப் படுக்கை
பின்னல் ஒயர்களில் விழிக்கும் நூறு நூறு கண்கள்
உன் கால்களைக் காண முடிந்ததில்லை

நீ அமர்ந்திருக்கும்போது
அதன் பகுதிகள் காலியாயிருக்கின்றன
நீ இல்லாதபோதோ
எல்லா இடைவெளிகளும் நிரம்பிவிடுகின்றன.

•

அம்மாவுக்கு ஒன்றும் தெரியவில்லை

வாழைப்பழம் இரண்டு ரூபாய் என்றால்
ஐயோ என்கிறாள்
மிஞ்சும் சோற்றைக் குப்பையில் கொட்டினால்
ஐயோ
கதவு ஜன்னல்களைத் தாழிடு என்றால்
ஐயோ
நண்பர்களை அழைத்து வந்தால்
ஐயோ
தினமும் விபத்துச் செய்திகளைப் பார்த்தும்
ஐயோ
ஒருவேளை வெளியே சாப்பிடலாம் என்றால்
ஐயோ
பளிச்சென்று ஆடை உடுத்திக்கொண்டால்
ஐயோ
போக்குவரத்தினூடே சாலை கடக்கையில்
ஐயோ
கூடியிருந்து வாய்விட்டுச் சிரித்தால்
ஐயோ

ஒன்றும் தெரியாத அம்மாவை
என்ன செய்வதென்றும் தெரியவில்லை
ஒரேயடியாய் ‘ஐயோ’ சொல்லும் நாளை
எதிர்பார்ப்பதையும்
தவிர்க்க முடியவில்லை.

•

கீழும் மேலும்

பஞ்சு தூக்கிப் பறக்கும் விதைக்கூட்டம்
காற்றில் ஏறிக் காடெங்கும்
பந்தலிட்டதுபோல் மூடல்

காய்க்குள்ளிருந்து புதிதாய்க் கிளம்பும்
விதையானேன்
வெளி அலைந்து வான் மிதந்து
வெகுதூரம்
விதையும் பஞ்சும் நல்லிணை

காற்றின் புதுவீசலில்
விதையும் பஞ்சும் பிரியத் தொடங்கின
விதையாவதா பஞ்சாவதா

விதையானால்
மண் முளை கிளை பூ விதை
பஞ்சானால் வெளி
பறக்கலாம் பறக்கலாம்
பறந்தே திரியலாம்
நொய்ந்து பிரிந்தும் பறந்து மறையலாம்

எது?

பிரிந்து
விதை மேலும்
பஞ்சு கீழும்
ஏகத் தொடங்கின.

●

மாடியறை ஜன்னல்

இங்கிருந்துதான்
மர உச்சிகளோடு நெருக்கம்

காற்று எப்போதும் தடவிச் செல்லும்
பனி தங்கி நழுவும்
வெயில் துளைக்கும் வண்டாகித் தவிக்கும்
வானுக்கு முகம் காட்டிப்
பூத்துப் புத்தம் புதிதாய் உதிரும் மலர்
வழியெங்கும் ஏக்கம் பரப்பிச் செல்லும்

எல்லா சமிக்ஞைகளுக்கும் பிறப்பிடம்
தீரா வேட்கையுடன் அண்ணாந்த கண்கள்
மழை முதலில் நனைக்கும் தலை
மின்னலும் உரசிப் போகும்
இடியின் விளையாட்டுப் பொருள்

பறவைகள் உச்சியை விரும்புவதில்லை
எனினும் ஜன்னலை மூட இயலவில்லை
ஏன் அலைகிறது பேய்
உச்சிக்கிளையில் நின்றாட?

●

பாதுகாவல்

பாதுகாவல் பற்றித்தான் எப்போதும் கவலை
பெரிய அரசாங்கத் தலைவர் தொடக்கம்
சாதாரணக் குடும்பத் தலைவிவரைக்கும்

குண்டுகள் கண்டெடுக்கப்பட்ட காட்சிகளும்
வெடித்த சம்பவங்களும் எனச் செய்திகள்
எந்நேரமும் வந்துகொண்டேயிருக்கின்றன
கண்டனம் தெரிவித்தும் எச்சரிக்கை செய்தும்
பேசியபடியே இருக்கிறார் தலைவர்
தாழ்கள் கொக்கிகளைச் சரிபார்த்து முடித்து
கணவன் வீடு திரும்பும் நேரமும்
பிள்ளைகள் வந்து சேரும் நேரமும்
வீதியில் பதறி நிற்கிறாள் தலைவி

சுற்றிலும் முந்நூறு பேர் விழித்திருக்க
இரவில் உறங்கச் செல்கிறார் தலைவர்
கொக்கி கழன்ற ஜன்னல் கம்பி வழியே
நுழைந்துவிட்ட பூனை உருட்டலில் பயந்து
திருடனைச் சிருஷ்டித்து ஆர்ப்பரிக்கிறாள் தலைவி

பாதுகாவலைப் பலப்படுத்தும் ஆலோசனைக் கூட்டங்களை
அன்றாடம் நடத்தி விருந்து சாப்பிடுகிறார் தலைவர்
அணுவாய்ச் சேமித்த தங்க நகையைப் பத்திரப்படுத்த
ஆயிரம் இடங்களைக் கண்டும் அதிருப்தி கொள்கிறாள்
தலைவி

பதற்றமும் பாதுகாவலும் நிறைந்திருப்பினும்
மீந்த சோற்றை வீசியெறியும் வீட்டில் பசியாறி
நடுவீதியில் சுருண்டு படுத்துத் தூங்குகிறது தெருநாய்
இன்னும்.

•

பெருமாள்முருகன்

பண்ணை வீடு

மூதாதையர் ரத்தம் பூசிப்
பண்ணை வீடு அமைத்திருந்தான்
கோடையில் ஒருநாள் தங்கிக்கொள்ளத்
தயவுசெய்தான் எனக்கு

நவீன வசதிகள் கொண்ட அறைகள்
காற்றோட்டம் வெளிச்சம் நுழைய அங்கங்கே பொந்துகள்
வலை அடித்த ஜன்னல் வழியே
மரங்களைப் பார்க்கலாம்
முகம் காண இயலவில்லை எனினும்
பறவைக் குரல்களும் அவ்வப்போது கேட்கும்

இயந்திரங்கள் நிரம்பிய சமையலறை
மூடிய மையச் சதுரம் வழியே
சிதறும் மழையில் நனையலாம்
பனிக்காலத்தில் இறக்கிவிடத் திரைகள்
வெக்கை தெரியாத இரவு உறக்கம்

அறைச் சந்துகளில் வெளிச்சம் நுழைந்தபோது
சூரியனைக் காண வாசலுக்கு வந்தேன்
பறவைகள் உறங்கிச் செல்கையில்
கால் உந்தல் அதிர்வில் உதிர்ந்து
தரை மூடிய இலைகளைக் கூட்டிக்கொண்டிருந்த பெண்ணின்
தலையில் சூரியன்
நீர் பாய்ச்சிக்கொண்டிருந்த ஆண்
அசைந்து நகர்கையில் பெயர்ந்து
பின்னால் போய்க்கொண்டிருந்தன மரங்கள்

ஏற்பாடுகள் பற்றிக் கேட்டான்
அபிப்பிராயம் அல்ல பாராட்டுத்தான் தேவை
பிரமிப்பைத் தெரிவித்தேன்
குருதி குடித்த நிறைவு கண்களில்

மறைத்துக்கொண்ட என் அபிப்பிராயம்:
இயற்கைக்கு நடுவே இருத்தல்
இயற்கையோடு வாழ்தல் அல்ல.

●

மயானத்தில் நிற்கும் மரம்

வழி

ஊர்ந்து மரமேறி
முட்டை விழுங்கியதும்
பொத்தென விழுந்து
தரை சேர்கிறது
பாம்பு.

●

காளி

குத்தி உருவிய குடல்
மாலை அணிந்தபின்
கண்ணாடி பார்க்கிறாள்
காளி.

●

ஏரி

1.

பள்ளிக்குப் போவதாகச் சொல்லி
மரத்தடியில்
கோலிக்குண்டு விளையாடிக் களைத்துப்
போசிச் சோற்றைக் குடித்து
வேரில் தலை வைத்துத் தூங்கி
வீட்டுக்குத் திரும்பிய நாள்
செங்கொழுந்து சிரிக்கும்
புளிய மிலார்
கெண்டைச் சதையைக் கொந்தி எடுத்தது

அப்பனிடமிருந்து தப்பித்து ஓடிப்
புதருக்குள் ஒளிந்தேன்
சிறுசிறு கருந்திட்டுக்களாய்க்
காலளவு நீரில் எருமைகள்
முங்கு நீச்சலடிக்கும் நீர்க்கோழிகள்
காற்றின் விரல்கள்
நீர்மேல் வரையும்
கணந்தோறும் கலையும் கோலங்கள்
ஆவாரஞ் செடிக்கடியே
ஒடுங்கிப் படுத்திருந்த குறுமுயலின் கண்கள்

அன்றைக்கு முதல்தான்
எனக்கு ஏரியோடு
அந்தரங்கப் பழக்கம்.

2.

ஏரிக்கரைச் சறுக்கு விளையாட்டில்
விருப்பம் மிகுதி

மேல் குறுகி அடி விரிந்து
உட்கார்ந்திருக்கும் மண் கரையின்
உச்சியில் நின்று

மயானத்தில் நிற்கும் மரம்

வேகமாக இறங்கத் தொடங்கினால்
கால் நிற்காமல் ஓடி
மீனென நீருக்குள் பாயும்
ஓட்டத்தின் இடையே
ஒருபோதும் நிற்க முடிந்ததில்லை

தரையில் நடப்பதுபோல்
ஏரிக்கரை மேல் ஏறியும்
நடந்தும் மேயும் வெள்ளாடுதான்
என் ஆதர்சம்.

3.

கருப்பைக்குள் அடிக்கடி புகுந்துகொள்வேன்
மேற்பரப்பு வெதுவெதுப்பில் ரணமாற்றி
அடி ஆழக் குளிர்ச்சியில் பதுங்குவேன்
ஒருமுறையும் அது வெளியேறச் சொன்னதில்லை
என்னைச் சுமந்த கருப்பை
கிணறு

வானில்
இறக்கை அடித்து அன்றாடம் பறப்பேன்
எல்லையற்று விரிந்த அதன் கரைகள்
அருகிலிருப்பதுபோல் தோற்றம் காட்டிச்
செல்லச் செல்ல நகர்ந்து மாயமாகும்
இறக்கை சோரும்வரை நான் இறங்கியதில்லை
எனக்குக் கிடைத்த வானம்
ஏரி.

4.

எங்கோ பெய்த மழை திரண்டு
வந்து சேரும்
செந்நிறப் புதுநீர் கொண்டுதரும்
செல்வம் ஏராளம்

பார்த்தேயிராத மரத்தின் வேர்கள் கிளைகள்
பழகித் தேய்ந்த பாத்திரங்கள் பொருட்கள்
ஒருமுறை
மூழ்கி மண்ணெடுத்து வந்தபோது
கையில் சிணுங்கியது ஒற்றைக் கொலுசு
கொலுசின் முகம் வரைந்து கனவுகள் பலநாள்

அஞ்சிக் கத்தியபடி மிதந்த கோழிக் குஞ்சு
அடைக்கலமாய்க் கைக்கு வந்தது
மடியேறிக் கைப்பருக்கை கொத்தும்
தலையேறி இறக்கை அடித்துக் குதிக்கும்
தப்புக் குஞ்சின் வர்க்கம் செழிக்கும்

நிற்காமல் ஏரி முழுக்க நீச்சலடிக்கும் பந்தயத்தில்
எல்லா முறையும் தோல்விதான்
கமுக்கமாய்ச் சிரிக்கும் அதன் கன்னத்தில்
அறைந்தறைந்து கை வலி கண்ட நாட்கள் அனேகம்

இன்றைக்கு அது ஏரியல்ல
குப்பைக் கிடங்கு
சாக்கடைக் குழி
என் பால்யம் கரைந்தது போலவே
ஏரியும்.

5.

பண்டிகை நாளொன்றில்
பேருந்து நிலையத்தில் இருந்தேன்

நெரிசலில் பிதுங்கி மிதந்தும்
யாரையும் அழைக்காத நடத்துநரின் வசவோடு
போகும் பேருந்தின் பின்னோடிக் களைத்தும்
விரிந்த நிலையத்தின் பரப்பெங்கும் காலோயச் சுற்றியும்
இடம் பிடிக்க இயலாமல்
ஓய்ந்து ஓரமாய் உட்கார்ந்தேன்

ஈசல்போல் எல்லாப் புறமிருந்தும் முளைத்துத்
திரண்டோடும் மக்கள் வெள்ளத்தில்
சிறு துரும்பு நான்
என்று யோசித்தபோது
காலடியிலிருந்து குரல்
"புதைத்தாலும் என் போக்கு மாறாது."

●

மலங்காட்டுப் பனி

நீ இருக்கும்போது
மலங்காட்டுப் பனியென
அனைத்தையும் வியாபித்துக்கொள்கிறாய்

பூங்குழந்தையாய் மடி கிடக்கிறேன்
கொஞ்சல் மொழித் தாலாட்டில்
நெடுநேரக் கிறக்கம்
பாலருந்திப் பணிவிடை லயித்து
உன் மடிக் கருப்பையில் ஆழ்துயில்

என் சிரிப்பு உன் உதட்டில்
என் சொற்கள் உன் வாயில்
என் பசியை நீ உணர்கிறாய்

நீ இல்லாத போது
அனைத்தும் என் வசம்
காற்று சுழன்று சுழன்று தழுவுகிறது
நானே தீர்மானிக்கிறேன்
நானே செயல்படுகிறேன்
முக்கியமாகக்
கட்டளைகள் பிறப்பிக்கிறேன்

தவிர்த்தாலும் முடியாமல்
சில நேரம் நினைக்கிறேன்
நீ இல்லாமலே இருந்தால்
எப்படியிருக்கும்!

●

தொங்கும் மூட்டைகள்

இருபுறமும் தொங்கும் மூட்டைகளை
ஏற்றி வைத்த கனவான் யார்
எந்தக் காலத்தவன்

இறக்குவதற்கு மறந்த அம்மூட்டைகளுக்குள்
பரம்பரை சேர்த்த அழுக்குக் குவியல்
கனக்கக் கனக்கச்
சுமந்தே நிற்கும் முதுகு
மேலும் எதையாவது சுமத்திவிட்டுப் போகும் கைகள்

பரந்த மேய்ச்சல் வெளியில் ஓடித் திரிந்தும்
புரண்டு பார்த்தும் உதிரவேயில்லை
இந்த மூட்டைகளுக்கு முன்
காலம் நைந்துபோயிற்று

நீங்கள் நினைப்பது போல
சுமத்தல் இயல்பாகிவிடவில்லை
கனக்கிறது
கனத்தைக் கொஞ்சம் குறைக்கக்
கை கொடுத்துவிட்டுப் போங்கள்

சுமத்துதல் உங்களுக்கும்
இறக்குதல் எதிர்காலத்திற்குமா ?

●

மயானத்தில் நிற்கும் மரம்

உன் சொல்

உன் சொல் ஒவ்வொன்றிலிருந்தும்
சூடை நெருப்புக் கங்குகள் உதிர்ந்து
ஆசிர்வதிக்கும் கடவுளின் கைகளைக் காண்கிறேன்

உன் பார்வையின் அசைவுகளில்
ஆயிரம் கொடுக்குகள் கொண்டு
தொடுக்கப்பட்ட மாலையைச் சூட்டும்
தேவதையின் மெல்விரல்கள் தென்படுகின்றன

கங்குகள் தீய்க்கவும்
கொடுக்குகள் பிய்க்கவும்
ஏற்றவன் நானல்லவென்று
ஒதுங்க முயல்கிறேன்
முடியவில்லை

எனில்
உன்னுடையவை
கடவுளின் ஆசிர்வாதமும்
தேவதையின்
மாலை சூட்டலும் ஆயிற்றே.

•

சித்தாள் சேலை

சோற்றுப்போசியை மரக்கிளையில் தொங்கவிட்டுத்
தொங்கிய பைக்குள்ளிருந்து வெளுத்துப்போன சேலையை
எடுத்து மாற்றியதும் அவள் சித்தாள் பெண் ஆகிறாள்

அவள் கண்கள் நிலைகுத்திவிடுகின்றன
எந்திரத்தின் வேகத்திற்கு நிகராக
அவள் கைகளும் இயங்குகின்றன
சித்தாள்களின் வெளியில் அவள்
பேசவும் சிரிக்கவும் செய்கிறாள்

உணவு இடைவேளையில் மணல்மேல் படுத்துச்
சிமிட்டிச் சிலைபோலக் கண்ணயர்கிறாள்
சக பெண்களுடன் அஞ்சாங்கல் ஆடுகிறாள்
பகல் நேரத்தில் அலறும் ஆந்தையை அண்ணாந்து
மரக்கிளைகளில் தேடுகிறாள்

பொழுது சாய்கையில்
சிமிட்டிப் பூச்சுகளைக் கழுவியெறிந்து
சேலை மாற்றுகிறாள்
சித்தாள் சேலை மரக்கிளைக்குப் போய்விடுகிறது

இப்போது அவள் கைவீசிப் போகிறாள்
மரக்கிளையிலிருந்து கிளம்பும்
அதிகாலை நேரத்துப் பறவை போல.

●

இரவு வானம்

இரவு வானம்
எல்லையற்ற கருணையோடு இறங்கி வந்தது
உயிர் வாசனை கொண்ட எல்லாவற்றிற்கும்
எல்லாருக்கும்
வலியப் போய் விரல் பிரித்து
நட்சத்திரம் ஒன்றைக் கொடுத்தது

அன்பின் கனிவொளிரும் கண்சிமிட்டல் கண்டு
ஆசை கொண்டு இன்னொரு கையை நீட்டியோருக்கும்
தயக்கமின்றிக்
கூடுதலாக நட்சத்திரம் ஒன்றைக் கொடுத்தது

வற்றாத நட்சத்திர ஊற்றைக் கொண்ட
வான் பெருவெளி
அழுதுகொண்டிருக்கும் அக்குழந்தைக்கு
அன்றைக்கு வானிலிருந்த அரைநிலாவைத் தூக்கிக் கொடுத்தது

இன்னும் அழுதது குழந்தை
தினந்தோறும் உன்கை நிலா வளரும்
அழாதே என்றது வானம்

நிலாவும் நட்சத்திரம் எல்லாமும்
தனக்கே வேண்டும் என்று
அடம்பிடிக்கும் குழந்தையைத் தேற்ற
ஏதுமின்றி
மயங்கி நின்றது வான்.

அழைப்புப் பாடல்

சுவர்கள் நெருங்கிய சதுரப் பரப்பினுள்
இதுநாள்வரை என் சுதந்திரம் தங்கியிருந்தது

வீட்டில் யாருமில்லாதபோதும்
கழிப்பறைக் கதவைத் தாழிட்டுக்கொள்வேன்
பாதுகாக்கப்பட்டிருக்கும் வெம்மைக்குள்
ஆனந்தமாய் உறைவேன்
உடல் தன் ரகசியங்களைக் கண்டுணரும்
வானென விரிந்து மனம் களிக்கும்

இப்போது
கதவைத் தாழிட்டுக் குழாயைத் திறந்ததும்
அலைபேசியின் அழைப்புப் பாடல்
ஒலிக்கத் தொடங்குகிறது
அவசர அழைப்பாக இருக்குமோவென
அடிக்கடி கதவைத் திறந்து பார்க்கிறேன்
பெரும்பாலான நேரங்களில்
கழிப்பறைக்குள் மட்டுமே பாடல் ஒலிக்கிறது
அணைத்து வைக்கலாமென்றால்
தலைபோகிற காரியமாய் யாரேனும்
அழைக்கக் கூடுமென மூளைக்குரல் எச்சரிக்கிறது

கழிப்பறைக்குள்
அலைபேசிக்கும் ஓரிடம் பொருத்தியபின்
அழைப்புப் பாடல் ஒலிப்பதில்லை
என் குறியையே நோட்டமிடும்
அந்நிய உருவமொன்றின்
அசாதாரணச் சிரிப்பு மட்டும் கேட்கிறது.

•

மயானத்தில் நிற்கும் மரம்

பனைகள்

பனைகளுக்கிடையே
நீச்சல் குளம்
சுற்றிலும்
வரிசையாய் நின்று
பார்த்துக்கொண்டிருக்கின்றன

நீல நீரில்
மூழ்கும் மிதக்கும்
வெள்ளுடல்கள்
கருந்தோல்கள்

வந்து சேரும்
எந்தப் பறவையும்
ஒரு நிமிடத்திற்கு மேல்
அமர்வதில்லை

கூடுகளைக் கண்டறியாத
பனைகள்.

எஜமானர்

அவரை
ஐந்து நாய்கள் பின்தொடர்கின்றன
திசை திரும்பாமல் தொடரச்
சின்ன அதட்டல்
போதுமானதாயிருக்கிறது
ஐந்தும்
வெவ்வேறு இனம்
நிறம் பெயர்
அவர் பயன்படுத்துவது
ஒற்றைச் சொல்.

மொழி

காக்கையின் மொழியில்
சில சொற்கள்தான்
எனக்குத் தெரியும்

கோவையாகப் பேச முடியாது
எனினும்
புரிய வைத்துவிடலாம்

என் மொழியில்
காக்கைக்கு
ஒரு சொல்லும் தெரியாது
என்முன் வந்து எப்போதும்
தன் மொழியிலேயே
கத்திக் கரைகிறது

காக்கை ஒருபோதும்
வருந்தியதாகத் தெரியவில்லை.

•

மகிழ்ச்சி

மகிழ்ச்சியை ஒருபோதும்
முழுமையாகத் தரிசித்ததில்லை

தன் நகங்களை வெளிக்காட்டிச்
சட்டென உள்ளிழுத்துக்கொள்ளும்
பூனையாக அது வரும்போது
அதிர்ந்து நிற்கிறேன்

மணமாக வருகையில்
மலரைத் தேடத் தொடங்கிவிடுகிறேன்
கண்டடைவதற்குள் வாடியிருக்கும்
கண்டடைய இயலாதபோது
உறுத்தல் நிரந்தரமாகும்

பக்கத்து வீட்டுக் குழந்தையாய்
ஓடி வந்து மடியேறி விளையாடும்
எடுத்துக் கொஞ்சத் தொடங்கினால்
விடச் சொல்லி அடம்பிடித்து
அழுகையோடு ஓடிப் போகும்

நகம் நீளும் கணம்
மணத்தை நுகரும் கணம்
விளையாடிச் சிரிக்கும் கணம்
ஒருகணத்திற்குள்
நிலைத்துவிடல் ஆகாதா?

●

இருந்தபடி

என் அப்பன் தமையன்
தாத்தா பாட்டி
எல்லாரும் கனவில் வருகிறார்கள்
வருசங்களுக்கு முன்
இருந்தபடியே இருக்கிறார்கள்

மேலும் நரைக்கவில்லை
சுருக்கங்கள் கூடவில்லை
புதிய ஆடைகள் இல்லை
அவர்கள் மொழியில்
புதுச்சொல் ஒன்றையும் காணோம்

என்னைப் பார்த்து
ஏளனமாகச் சிரிக்கிறார்கள்
நீயா என்று புருவம் உயர்த்துகிறார்கள்
என் வாழ்தலை எண்ணிச் சிலசமயம்
வெட்கப்படும்படியும் செய்கிறார்கள்

ஆனால்
அவர்களுக்குத் தெளிவாகச் சொல்லிவிட்டேன்
கனவில்கூட
இருந்தபடியே வரமாட்டேன் நான்.

குட்டிப்பையன்

என் குட்டிப்பையனுக்கு
நான் வேண்டும்
தோளுயரம் வளர்ந்த பின்னும்
எனக்குக் குட்டிப்பையன்தான்

விழிக்கையில்
நான் தூக்கிக் கீழிறக்குகிறேன்
தூங்குகையில்
தலை வைக்கக் கை தருகிறேன்
பள்ளிக்குச் செல்கையில்
நின்று கட்டாயம் கையசைக்க வேண்டும்
திரும்பி வந்ததும்
சொல்வதற்கு எல்லாம் காதுகொடுக்க வேண்டும்

என்னை விட்டு
எங்கும் செல்வதில்லை
எனினும்
பொழுது கிளம்பி மேலேறும்
எந்தக் கணத்திலும்
அவன் என்னைத் தூக்கி வீசிவிடக் கூடும்

அப்போது
மரக்கிளையில் மாட்டிச்
சதை கிழியத் தொங்க மாட்டேன்
பாறையில் மோதித்
தலை உடைந்து கிடக்க மாட்டேன்

அழிவில்லாத அந்தக் குட்டிப் பையனை
எனக்குள் காப்பாற்றிக் கொண்டபடி
மலர்ப் படுகையில் போய் விழுவேன்.

●

மயானத்தில் நிற்கும் மரம்

விடைபெறல்

ஒளி விரியும் புதுவெளி
நோக்கித்தான் போவது என்றாலும்
விடைபெறலின் கணத்தில்
எல்லா மரங்களும்
இலையுதிர்த்து நிற்கின்றன

கண்ணீரை அடக்கித்தான்
கட்டுப்படுத்த வேண்டியிருக்கிறது
பிரியும் கைகள்
கடைசி நொடியையும்
இழக்க விரும்புவதில்லை

நினைவுகொள்ளக்
காயாத ஈர முத்தங்களைப்
பரிசளிக்கத் தோன்றுகிறது

விடைபெறலின் போது
காக்கப் பொறுமையற்ற வாகனம்
விரைவில் கிளம்பிவிடுகிறது

இறுதி விடைபெறலேனும்
அமைய வேண்டும்
பனிக்குக் கை கொடுத்துச் செல்லும்
மழை போல.

●

தனக்குரியது

பிளாஸ்டிக் குழாயைப் பற்றி
மேலேறிச் செல்கிறது
சுவர்களின் மேல் ஓடுகிறது

சருகுகள் சரசரக்க
மொட்டை மாடியில் உலாத்துகிறது
தண்ணீர்த் தொட்டி மூடிமேல் நின்று
கீழுலகைக் காண்கிறது

ஆளரவம் கேட்டதும்
சட்டெனத் தாவிவிடும்
அணிலுக்குத் தெரியும்
தனக்குரியது
மரம்தானென.

●

மயானத்தில் நிற்கும் மரம்

பாதாள ரகசிய அறை

மனிதத் தலைகள் மாட்டப்பட்ட
பாதாள ரகசிய அறையொன்று
என் வீட்டிலுண்டு

பூப் பறிப்பது போலக்
கூரிய நகம் கொண்டு
கிள்ளி எடுத்த தலைகள்
தேங்காயெனத்
திருகிப் பிடுங்கிய தலைகள்

ரத்தம் பீய்ச்சக்
குரல்வளை அறுத்துக்
கொணர்ந்த தலைகள்
ஒரே வீச்சில் சாய்த்துப்
பலியிட்ட தலைகள்
கவ்விக் கடித்துப்
பிய்த்தெடுத்த தலைகள்
சிரிப்பு உறைந்தவை
விழிகள் நிலைத்தவை
நாக்கு கடித்தவை

பாடம் பண்ணியவை நெடுநாள் காட்சியாகும்
பாடமாகாதவை நாறிப் புழுத்து வீசியெறியப்படும்
பழந்தலைகள் பார்த்துப் பரிதாபப்படவும்
புதுத்தலைகள் கண்டு ரசிக்கவும் எனத்
தினம் ஒருமுறை சுற்றி வருவேன்

நல்ல பராமரிப்புடன் விளங்கும் அவ்வறையில்
இதோ இப்போது கைகாட்டிச் செல்லும்
நண்பனின் தலையும் உண்டு

அவனுக்குத் தெரியாது, பாவம்.

•

கிழமைகள் குழம்பும் வாரம்

எனக்கு விருப்பமான முறையில்
வாரத்தை வடிவமைத்துக்கொள்கிறேன்
கிழமைகள் குழம்பும்
எனினும்
சுவாரசியமான விளையாட்டு இது

எனது வாரத்தில்
திங்கட்கிழமையை வெளியேற்றுகிறேன்
ஆறு நாட்கள் போதும்

எல்லாரும் விரும்பும் வெள்ளியில்தான்
வாரம் தொடங்குகிறது
சனிக்கிழமைக்கு மட்டும் சலுகை தொடர்கிறது
சனியை அடுத்துப் புதன்
புதனை அடுத்து ஞாயிறு
ஞாயிற்றுக்குப் பின் வியாழன்

செவ்வாய்க்குப் பொருத்தமான இடம் ஏதுமில்லை
சலிப்புக்கும் ஒருநாள் தேவை
போகட்டும்
வியாழனுக்கு அடுத்து வைத்துக்கொள்ளலாம்

வெள்ளிசனிபுதன் ஞாயிறுவியாழன்செவ்வாய்.

•

பழங்குதிர்

மண் கொண்டு செய்த பழங்குதிர் ஒன்று
என்னிடம் உள்ளது
ஆதி மூதாதை கைமாற்றித் தந்தது அது

காற்றுத் துளைகள் கொண்ட
அதன் பேரிருள் வாய்
எப்போதும் திறந்தே இருக்கிறது
நாளெல்லாம் பொறுக்கிச் சேர்க்கும்
என் கைமணித் தானியங்கள்
அதனுள் விழுந்த சுவடே தெரியவில்லை
பரம்பரைச் சேமிப்பு முழுவதையும்
கொட்டியபோது
ஆழத்தில் எங்கோ விழும்
மெல்லிய முனகல் ஒலி மட்டும் வந்தது

சும்மா கிடந்து தொலைவதில்லை
அகோரப் பசி கொண்ட
அரக்க வயிறாய்த் திமிறி
விரட்டிக்கொண்டேயிருக்கிறது
குப்பைகளை அள்ளித் திணித்து
நிறைக்கலாம் என்றால்
எரிமலை வாயாய் உமிழ்ந்து தள்ளி
குப்பைத் தொட்டி அல்ல
குதிர் நான் என்று உறுமுகிறது

எங்காவது மலையுச்சியில் இருந்து தள்ளி
சுக்குநூறாக்கிவிடலாம் என்றால்
கைக்கு அடங்காமல்
கண்ணாமூச்சி விளையாடுகிறது

கணமும் ஓய்வில்லாத
வேலைக்காரனாய்
என்னை வைத்திருக்கிறது அது.

●

சந்நியாசி கரடு

மலையைக் கடந்து போகிறேன் தினமும்
ஒளியும் தார்ச்சாலை மீதான கவனத்தில்
தரையிலிருந்து விரியும் மலைப்பரப்பை
அண்ணாந்து பார்க்க முடிந்ததில்லை

அடிவாரத்தில் உள்ள
என் அலுவலக ஜன்னல் அளவில்
நாளெல்லாம் பார்த்துக்கொண்டிருக்கிறேன்
பாறை பற்றியேறும்
பிரண்டைக் கொடியாய்
வெள்ளாட்டுக் குட்டியொன்று
அன்றாடம் மேலேறிச் செல்கிறது

வாய் திறந்த பிளவுகளைப்
பாய்ச்சலில் தாண்டுகிறது
பயமில்லை
கருணை நிரம்பிய பாழிகள்
ததும்பிக் கசிகின்றன
தாகமில்லை
சரிவுகளில் வளர்ந்திருக்கும்
பசுந்தழைகள் கையசைத்துக் கூப்பிடும்
பசியுமில்லை

உச்சிக் கூர்விளிம்பில்
போய்ப் படுத்து
அது கண்ணயர்வதை அறிகிறேன்
தூக்கத்தில் புரளும்போது
தவறி விழுந்திடக் கூடுமோ
எனத் தவிக்கிறேன்
கால் வலிக்கிறதா எனக் கேட்க
ஒருநாளும் முடிந்ததில்லை

அது எப்போது இறங்கி வருமோ
பொழுதாகும் கவலையும் அதற்கில்லை.

●

மயானத்தில் நிற்கும் மரம்

பாம்புச்சட்டை

சாதி
என் தோலாக இருக்கிறது
சிறு சிராய்ப்பும் வலிதான்
வேலியின் மீது
உரித்து உதறிய
பாம்புச் சட்டை
நைந்து உதிர்வதையே
பார்த்துக்கொண்டிருக்கிறேன்.

●

காலில் விழும் கணம்

ஒவ்வோர் இடத்திற்குச் செல்லும்போதும்
யார் காலிலும் விழாமல் தவிர்த்து
வெளியேறிவிட முயல்கிறேன்
ஒருபோதும் முடிவதில்லை

விழுந்துதான் ஆக வேண்டும்
அல்லது
விழுந்துவிடுவதே சரி
என்னும் முடிவோடு செல்லும்
இடங்களில்
எப்படியாவது
நழுவிவிட முடியுமா என்னும்
சின்ன நப்பாசை பலிப்பதேயில்லை

நீள்நகம் புறங்கழுத்தில் பதித்து
தம் கால் நோக்கி அழுத்தும்
சாகசக்காரர்களிடம் ஒருபோதும்
தப்பிக்க முடிந்ததில்லை

உடனிருப்போர் பின்னிருந்து
எதிர்பாராத் தருணத்தில்
உந்தித் தள்ளச்
சரியாகப் போய்விழும் நேரத்தையும்
தவிர்க்க முடிந்ததில்லை

மானசீகமாய்த் தம்கால் நோக்கி நகர்த்தும்
சிலரின் தந்திரம் ரசிப்பிற்குரியதாக இருக்கிறது

மலர் இதழ்களைப் போல்
சிலர் கால்களில் சொற்களைத் தூவ
நேரும் கணத்தில்தான்
எனக்குள் மிகவும் குறுகிப்போகிறேன்.

●

இப்போது

நெருங்கிய
மரவேலியின் இடையே
முளைவிட்டு
அண்டி ஒளிந்து வளர்ந்தது
சிறுசெடி
வேலிக்கு மேலே
கிளை பரப்பிக் குடை விரித்து
நிற்கிறது.

●

நாகரிகம்

என் உயிர்நிலையை அடைந்துவிட்ட
சிற்றெறும்பு சொற்களால் கடிக்கிறது
மென்சதையில் ஒவ்வொரு சொல்லும்
முள்போல் இறங்குகின்றது
விரல் குவித்துப் பிடித்து
நசுக்கித் தேய்த்துக் காற்றில் ஊதிவிடக்
கை பரபரக்கிறது
எனினும்
ஒன்றும் செய்ய இயலவில்லை
தொடை இறுக்கி
வலி பொறுப்பதைத் தவிர.

●

நிலம் தரும் மணம்

எதுவும்
நிலம் தரும் மணமே
எனக்கு
ஆவாரம்பூக் கூந்தல்
பால்கம்பு எச்சில்
கற்றாழைக் கிச்சம்
பூக்கட்டிய சோளக்கதிர் அல்குல்
உள்மூழ்கிக் கரைகிறேன்
நிலமே.

●

பெருங்காற்றே

ஆவேசமாய்க் கைவிரித்துக்
கட்டியணைத்து ஏகும் அவாக் கொண்டு
இதழ் குவித்துச் சீழ்க்கையொலி இட்டு
தலைமயிர் விரிந்து பறக்க
வருகிறாய் நீ
பெருங்காற்றே
ஓலைக்கூரை எனது.

●

தீ

தீ
சரியான விளையாட்டுப் பிள்ளை
ஒளிந்திருந்து
சட்டென ஓடிவந்து பற்றும்
ஒளிந்துகொள்ள வாகாய்
என் உடலையும் மனதையும் கொண்டிருந்தது
பின் உடலையே பிரதானமாக்கியது
இப்போது
உடலிலிருந்து ஒதுங்கி மனதுக்குத் தாவுகிறது
எங்கும் நிறைந்திருக்கிறது தீ.

●

ஊழி வெள்ளம்

நீராடுகிறேன்
ஓயாமல்
மேற்பரப்புக் கதகதப்பும்
அடியாழச் சுனைக்குளிரும் தழுவக்
குடைந்து குடைந்தாடும்
கிணற்றாடலே விருப்பம்
குளம் ஏரி ஆறு கடல்
எல்லாம் வாய்த்திருக்கிறது
மழையாடல் கண்டதும் உண்டு
ஊழிப் பெருவெள்ளச் சுழலில்
புரண்டு அமிழ்ந்து கரையும்
நீராட்டு?

●

மிதக்கும் வெளி

வலிய இறக்கை பெற்ற
பறவை
மேகம் கடக்க முடியவில்லை

இரும்புக் கைகள் விரித்த
எந்திர முகம்நிமிர்த்தல்
எரிபொருள் தீரும்வரை

மினுங்கி ஈர்க்கும்
அந்தரத் தொங்கல்
மாய ஏணிப் பளுதுகளில்
கால் வைத்து ஏறுகிறேன்

அவசரமோ
தயக்கமோ தடுமாறலோ
வழுக்கலோ
ஒவ்வொரு முறையும்
விழுகிறேன்
மிதக்கும் தனிமை வெளியில்.

●

பின்னிணைப்புகள்

முன்னுரைகள்

அ.

'நிகழ் உறவு' (1992) தொகுப்புக்குத் தோழர் சுரேஷ் என்கிற சீனிவாசன் எழுதிய அணிந்துரை. இது நூலின் பின்னுரையாக வெளியிடப்பட்டது.

'மயிர் கலையாமல் மூக்கு சிதையாமல்
விரல் உதிராமல்...'

மனஓசைக்குப் படைப்புகள் அனுப்பத் துவங்கிய மிகக் குறுகிய காலத்திலேயே அதன் ஆசிரியர் குழுவின் உறுப்பினர்களில் ஒருவராக ஏற்றுக் கொள்ளப்பட்டவர் இளமுருகு. மனஓசையுடன் தொடர்பு கொண்ட நாளிலிருந்து சிறுகதை, விமர்சனம், கவிதை, அரசியல் நிகழ்வுகளின் ஆய்வு எனச் சகல துறைகளிலும் இடையறாது இயங்கியவர்.

'நிகழ் உறவு' மனஓசையில் வெளிவந்த, வெளிவராத கவிதைகளின் தொகுப்பு. பத்திரிகைத் தேவைகளுக்காகத் தனித்தனியாக வாசித்த கவிதைகளை இப்போது ஒருசேர அச்சில் வராத கவிதைகளுடனும் சேர்த்து வாசிக்கின்ற வாய்ப்பு தோழருடைய பரிமாணங்களின் புதிய பக்கங்களை விளங்கிக்கொள்ளுகிற அனுபவமாக நிகழ வைத்துள்ளது.

பரவலான படிமங்களின் திணிப்பும் குறியீடுகளின் குவிப்பும் மூடுண்ட அர்த்தங்களும் மட்டுமே கவிதையாகப் புரிந்துகொள்ளப்படுகிற சூழலில் இளமுருகுவின் கவிதைகள் சிக்கலற்றவையாக உள்ளன. அவை நேரடி வெளிப்பாடுகள்; எளிமையானவை. புரியாத படிமங்கள் இல்லை; சிதைந்த குறியீடுகள்

இல்லை. கவிதைகளில் பயன்படுத்தப்பட்ட சொற்கள் மக்களுடைய அன்றாட வாழ்க்கையில் புழக்கத்தில் உள்ளவை. கொங்கு வட்டார வழக்குகள் சில மட்டும் விதிவிலக்கு.

ஆனால் அவை ஆளப்பட்டிருக்கும் விதம் நமக்கு வாய்த்த அனுபவங்களின் ஊடாக இருப்பதால், நமக்குத் தெரிந்த மனிதர்கள் பற்றிய வாழ்க்கையினூடாக இருப்பதால், நமக்கு ஏற்பட்ட வாழ்க்கைச் சிக்கலினூடாக இருப்பதால் அந்த வார்த்தைகளின் சாதாரணத் தன்மையும் எளிமையும் ஒரு கவிதை அனுபவத்தை ஊட்டுவதாக உள்ளன.

இந்தக் கவிதைகளின் பலம் சக மனிதர்கள் மீதான அன்பும் அவர்களுடைய பிரச்சினை மீதான நிஜ அக்கறையுமே. முருகு கவிதைகளில் மையம் கொண்டுள்ள கரு புதைந்த வாழ்வும் அதிலிருந்து மீளுவதற்கான உயிர் வேட்கையும் ஏற்படுத்தும் முரண் விளைவாக எழும் உறவுச் சிக்கல்களே ஆகும்.

மார்க்சிய–லெனினியச் சித்தாந்தத்தின் தாக்கமும் மக்கள் கலாச்சாரக் கழகம் போன்ற புரட்சிகர அமைப்புகளின் நடைமுறைப் பணிகளோடு ஏற்படுகின்ற தொடர்பும் அதுவரை அனுபவமாகியிருந்த வாழ்வையும் உறவுகளையும் புதிய கோணங்களில் பரீசீலனை செய்யத் தூண்டுகிறது. ‘கணத்தின் சிதைவுகளுக்கிடையில் முன்னோர்களின் விஷ நிழல்களை’ உணர வைக்கிறது. ‘கனத்தில் வெம்பிக் கருகி அழுகிப் புதைந்த இதயத்தை’ அடையாளம் காட்டுகிறது. புதிய வெளிச்சம் பெற்ற சிந்தனை ‘சுற்றிலும் மயிர் விரித்துக் கதறுகிற தனிமைக்குள்தான் வாழ்க்கை என்றான பின்னும்’ உயிர் கிளர்த்தும் உணர்வுகளையும் உறவுகளையும் தேடி அலைகிறது. ‘பாசத் தளைகளால் என்னைக் கட்டாதே . . . சுற்றிலும் எரிகையில் காலுக்குள் தலை மாட்டிச் சுவருக்குள் புதையும் வாழ்க்கை உன்னோடு போகட்டும் விடு’ எனக் கால்களைக் கட்டிப் போடும் பந்தங்களை அறுத்தெறிகிறது. புரட்சிகர அமைப்பு, அதன் அரசியல் என்று புதிய பந்தங்களை ஏற்படுத்திக்கொள்கிறது. ‘எழுத்துக்களாய் சுவரொட்டியாய் துண்டறிக்கையாய் பத்திரிகையாய் படைப்புகளாய் தோழர்களாய் இரவுகளெங்கும் பரிணமித்துப் படர்ந்த உழைப்பின் சுவடுகளைத்’ தோழமையோடு பற்றிக்கொள்கிறது. அமைப்பின் அரசியலிலிருந்து விடுபட்டு வெளியேறும்போது அவர்களுடைய வாழ்க்கையை ‘முண்டு கட்டும் சிந்தனை வேர்களில் அடைபடும் வாழ்க்கை’யாக அடையாளம் காண்கிறது. அதற்குத் ‘தோழமை என்பது சுண்டி உதிர்க்கும் சிகரெட் சாம்பலல்ல, உயிர்ப் பிணைவு.’

உயிர்ப் பிணைவுக்கான தேடலும் அதற்கான நிஜ அக்கறையுமே இத்தொகுப்பிலுள்ளவைகளை அரசியல் கோஷமாக்காமல்

வாழ்வோடு பின்னிப் பிணைந்த உணர்வுகளாக்கியிருக்கின்றன; கவிதைகளாக்கியிருக்கின்றன. மீனம்பட்டியின் கனலை நெஞ்சில் சுமக்க வைக்கிற விந்தையைச் சாத்தியமுமாக்கியிருக்கிறது. எல்லம்மா மலையில் இடப்படும் காவு கோடானுகோடி ஜனங்களின் காவுக்குக் குறியீடாகப் பரிணமிக்கிறது.

ஆனால் புதைந்த வாழ்வும் அதிலிருந்து விடுபடும் உயிர் வேட்கையும் ஏற்படுத்தும் உறவுச் சிக்கல்கள் இளமுருகு கவிதைகளில் மிகக் குறைவான தளங்களில் - குறிப்பாகக் குடும்பம், அமைப்பு, ஊர் மனிதர்கள் - மட்டுமே வெளிப்படுகின்றன. கவிதைத் தேர்வுத் தளங்கள் இப்படிச் சுருங்கிப் போவதற்குக் காரணமுண்டு. நவீனச் சமூகத்தில் மக்களின் வாழ்வு வெளிப்படும் தளங்களான பெண்ணியம், குடும்பம், கல்வி, சாதி, சுற்றுச் சூழல் என எண்ணற்ற துறைகளிலும் அன்றாடம் விரிசல்களும் வெடிப்புகளும் ஏற்பட்டுக்கொண்டிருக்கின்றன. அவை அமைப்பு களிலிருந்து தனித்து நின்று புறவெளியில் நிகழ்வதில்லை. அத்தகைய விரிசல்களும் வெடிப்புகளும் இயக்கங்களின் நடைமுறையில் உள்ளவர்களை உடைக்கின்றன; உரிக்கின்றன. அமைப்புகளின் கூரைகளுக்குக் கீழேயும் காலடிகளிலும் நிகழ்கின்றன. அமைப்புகளின் வீச்சிலும் வீச்சிற்கு அப்பாலும் உள்ள மக்களின் வாழ்வில் எழுபவையாக உள்ளன. அவைகளைப் பற்றி உணராமல், படித்தறியாமல் புரட்சியும் அமைப்புகளும் எந்தத் திசை நோக்கியும் நகர முடியாது.

அமைப்புகளில் பயிலுதல், பயிற்றுவித்தல் அனைத்துமே இந்த நிகழ்வுகளை அறிய முயற்சி செய்தலும் தீர்வுகாண முயற்சி செய்தலுமேதான். இதில் பயில்வோருக்கும் பயிற்றுவோருக்கும் அணிகளுக்கும் தலைமைக்கும் உள்ள இடைவெளி என்பது உணர்தலில் காலத்தால் முந்துவதும் பின்தொடர்தலும் என்பது மட்டுமே. தீர்வு என்பது உணர்தல் அடிப்படையிலான போராட்டத்திலேயே. இந்த உணர்தலைப் பரவலாக்கல் என்பதுதான் அமைப்பின் பயிற்றுமுறை. இது நிகழாதபோது தோழர்களிடையே தேக்கமும் சிதைவும் நிகழுகின்றன. அவர் களுடைய படைப்புகளிலும்கூட வாழ்வின் விரிசல்களும் வெடிப்புகளும் அவற்றின் தீர்வுக்கான மக்களுடைய முனைப்பு களும் வடிவங்கொள்ளுகிற வாய்ப்புகள் அற்றுத் தளம் சுருங்கிவிடுகிறது.

இக்காரணத்தினாலேயே இன்னொரு விளைவும் ஏற்படுகிறது. குறைந்த தளங்களில் அவர்களுக்குப் பிரச்சினையாகியுள்ள உறவுச் சிக்கல்களும்கூட அவைகளை எதிர்கொள்வதன் மூலம் தீர்க்கப்படுவதற்குப் பதிலாகச் சமரசம் செய்துகொள்வதன் மூலமோ

அல்லது விட்டு விலகுவதன் மூலமோ தீர்க்கப்படுகின்றன. வாழ்வின் உறவில் ஏற்படுகிற முரண்கள் போராட்டங்களினாலேயே தீர்க்கப்படுகின்றன என்பதைக் கோட்பாடாகப் புரிந்துகொண்டாலும் அவை சிக்கல் எதுவும் இல்லாமல் தீர்ந்துவிடக் கூடாதா என்ற உள விருப்பமே நடைமுறையில் மிஞ்சுகிறது. புரட்சிகர அமைப்புகளில் பெண்கள், சுற்றுப்புறச் சூழல், குடும்பம், சாதி போன்றவை குறித்த பிரச்சினைகளின் விவாதங்களின்போது முதலாளித்துவ சமூகத்தின் சீரழிவுகளான இவைகள் புரட்சிக்குப் பின் தானாக மாறும் என்ற யந்திர ரீதியான அணுகுமுறை மேற்குறித்த குறிப்பான பிரச்சினைகள் மீதான நிகழ்கால நடைமுறையிலிருந்து விட்டு விலகச் செய்கின்றன. இத்தகு போக்குகளின் சிறு வெளிப்பாடுகளை இளமுருகு கவிதைகளிலும் காண முடிகிறது. புதையும் வாழ்க்கையிலிருந்து விடுபடு அல்லது விடுபட்ட என்னைத் தனியே விட்டுவிடு என்று காலைக் கட்டிப்பிடிக்கின்ற உறவுகளை உதறிவிடுவதாகச் சிந்தனை வெளிப்படுகிறது.

சமூக உறவுகளை மாற்றியமைப்பதற்கான போராட்டம் உறவுகளின் தனித்தனித் தளங்களில் குறிப்பான போராட்டங்களாக நடைமுறையில் நிகழ்த்தப்படாதபோது சகல ரோகங்களுக்கான நிவாரணியாக 'உடைத்தெறிவோம் நாற்காலிகளை' என்றும் 'சொத்தை நகங்களால் எலிகள் பிறாண்டும் உளுத்த பீடங்களின் ஆணைகளே சிறைக்கதவுகளிலும் எங்கள் சுவடுகள் பதியும்' என்றும் உள விருப்பங்கள் முழக்கங்களாக வடிகால் கொள்கின்றன.

வாழ்வின் சகல பரிமாணங்களையும் உணர்வதற்கும் விவாதிப்பதற்கும் சிக்கல்களைத் தீர்ப்பதற்கான நடைமுறைகளை மேற்கொள்ளுவதற்குமான வழிகள் அடைக்கப்படும்போது புரட்சிகர அமைப்புகளில் இயங்கும் படைப்பாளிகளின் படைப்புத் திறனும் முடக்கப்படுகிறது. அப்போது கவிதைகள் முழக்கங்களாகவும் சொற்குவியலாகவும் நீர்த்துப் போகின்ற அபாயம் நிகழுகிறது.

- இங்கே
  அவள் வாழ்க்கைக்காக
  வெந்துகொண்டிருக்கும்
  இன்னுமொரு வெள்ளாவி
  அதை அவளுக்கு
  அறிவிப்பது எப்படி? (வெளுப்புக்காரி)
- இருட்டுக்கும் பாம்புக்கும்
  இரையாகவா வாழ்க்கை? (ஒரு வாழ்க்கை)

என்ற பாணியில் நாம் சந்திக்கின்ற ஒவ்வொருவரையும் பற்றி ஆயிரம் 'கவிதை'களை உற்பத்தி செய்பவர்களாக மட்டும் மாறிவிடுவோம்.

இந்த அபாயத்தில் சிக்குகின்ற கூறுகள் இளமுருகு கவிதை களில் ஊடுருவியுள்ளனவா இல்லையா என்பதை அமைப்புக்கும் அதன் அணிகளுக்கும் இடையே எழுகின்ற முரண்களைத் தோழர் விளங்கிக்கொள்வதிலும் வெளிப்படுத்துவதிலும் கையாளும் முறைகளைப் பரிசீலனை செய்வதன் மூலமே தீர்மானிக்க இயலும்.

புதிய விஷயங்களைப் பரிமாறிக்கொள்வதற்கான வாய்ப்புகள் முடக்கப்படுதலும் இயக்கத்தின் போக்கில் எழுகின்ற கேள்விகள் மீதான விவாதங்கள் தவிர்க்கப்படுதலும் இந்திய சமூக அரசியல் தளங்களில் எழும் குறிப்பான பிரச்சினைகள் ஆய்வுக்குட்படுத்தப்படாமலும் தலைமையின் இயலாமையால் வெகுஜன அமைப்புகளின் செயல்பாடுகள் குறுக்கப்படுதலும் முடமாக்கப்படுதலும் இன்று பெரும்பான்மையான புரட்சிகர அமைப்புகள் சார்ந்த தோழர்கள் சந்திக்கும் பிரச்சினைகள். இதனால் எழுகின்ற வேதனையிலும் வலியிலுமிருந்து தப்பிக்க நினைக்கும் தோழர்கள் 'விடு அல்லது விடுபடு' என்ற முறையில் அமைப்பை விட்டு வெளியேறுகின்றனர். 'முண்டு கட்டிய வாழ்க்கை'யில் அடைக்கலமாக விரும்பும் அத்தோழர்களுக்கு முன்பு ஆர்வமோடு ஈடுபட்ட சுவரெழுத்து, சுவரொட்டிப் பிரச்சாரப் பணிகளும் துண்டறிக்கை விநியோகித்ததும் பத்திரிகை விற்றதும் கட்டுரை எழுதியதும் கவிதைகள் மொழிபெயர்த்ததும் ஆத்மார்த்தமற்ற முகமூடிகளாகிப் போகின்றன. அவைகளை அவர்கள் கழற்றி எறிவதில் அமைப்பின் சரி தவறுகள் என்ன என்பதை இளமுருகு பரிசீலனைக்குட்படுத்துவதில்லை. மாறாக,

    மேடும் பள்ளமும்
    இறக்கமும் ஏற்றமும்
    நிமிர்வும் துவள்வும்
    பாதைகளில்

என அமைப்பின் குறைபாடுகள் 'புதிய தலைவிதித்' தத்துவத்தின் மூலம் சமன் செய்யப்படுகின்றன.

அதே சமயத்தில் படிப்பு, தேர்வு, வேலை, குடும்பம், ஞாயிற்றுக்கிழமை எனத் தீர்மானமற்ற இலக்கு தேடினாலும் தோழமை ஏற்படுத்திய நெருக்கம் புரட்சிகர உணர்வு என்பது அத்தோழருக்குரிய 'என்றுமுள பண்பாகப்' பார்க்கும் வகையில்

    என்றாலும்
    வற்றாது நதி

எனக் குறிப்பிடுகிறார். இதன் மூலம் அமைப்புக்கு வெளியே நட்பு நீடிப்பதற்கான நியாயம் கற்பித்துக்கொள்ளப்படுகிறது.

மயானத்தில் நிற்கும் மரம்

முரண்களின் சிக்கலையும் அதன் விளைவாக எழும் உளைச்சல்களையும் தவிர்த்துவிட்டு ஒரு பாதுகாப்பு உணர்வோடு இருந்துகொள்வது, கூர்மையான பிரச்சினைகள் மீதான விவாதங்களின்போது பார்வையாளராக மட்டுமே பங்கேற்பது, மாற்றுக் கருத்துக்கள் இருப்பினும் வெளிப்படுத்தாமல் பாறையாக இறுகிக்கொள்வது போன்றவை புரட்சிகர அமைப்புகள் சேர்ந்த அணிகளின் மந்தைச் செயல்பாட்டுக்கு அவசியமான பண்புகள்.

ஒரே வார்ப்புகளாக அணிகளை உருவாக்கும் இறுகிப் போன தன்மையில் விமர்சனம்–சுயவிமர்சனம் என்பது இப்பண்புகளை உருவாக்கி வளர்க்கும் ஒரு ஆயுதமாக மட்டுமே பயன்படுத்தப்படும். அப்போது கருத்துக்கள் பட்டவர்த்தனமாக முன்வைக்கப்படுவதில்லை; மறைத்துக்கொள்ளப்படுகின்றன. அதற்கு என்ன சமாதானம்?

என்னைப் பற்றிய
தீர்மானமே
எனக்குள் இல்லை
அவனைப் பற்றி
நானென்ன சொல்வது ?

அமைப்பில் கருத்துச் சுதந்திரம் முடக்கப்படுகின்ற சூழலில் கருத்துக்கள் தெரிவிக்க வாய்ப்பில்லாமல் அமைப்பின் செயல்பாடுகளே முடக்கப்படும்போது மாற்றுக் கருத்துக்கள் வேறுவகை வெளிப்பாடுகளைத் தேடிக்கொள்கின்றன. அதை இளமுருகு எப்படிப் பார்க்கிறார்?

எதிரில் அருகில்
பக்கவாட்டில்
என்னில் உன்னில்
நம்மிடையில்
திசைகளெங்கும்
சொப்பிப் படர்ந்த தவறுகளை.
சிரித்துக் கையுயர்த்திப் பிரியலாம்
நாளைய தவறுகளைப் பேசவும்
நாள் குறித்துக்கொண்டு.

சுதந்திரமான கருத்து வெளிப்பாடும் விவாதமும் ஏன் தவிர்க்கப்பட வேண்டும்?

ஜன்னலை மோதி மூடி
காற்று கரைந்து போகும்
சுவர்கள் சூழ்ந்து நெருங்க
மூச்சு நெரிபடும்
......
எப்பவும் இதுதான்
அரிந்தால் எதிலும் புழு.

வாழ்க்கையில் கிடைக்காத பாதுகாப்பும் தோழமையும் நட்பும் அமைப்புகளின் 'அதிகார பீடங்களிலிருந்து' கிடைக்குமானால் காதுகளையும் வாயையும் மூடிக்கொள்வது பாதுகாப்பானதுதான். ஆனால் அதற்கு விலை சமூக நலனும் புரட்சியும்தான். இந்த விலையைத் தரத் தயாராக இல்லாதவர்கள் - 'தெரிய வேண்டாம். அது அவருக்கு இது இவருக்கு இது அவருக்கும் அது இவருக்கும்கூட' என மக்களுடைய பிரச்சினைகள் மீதான கருத்துக்களையும் விவாதங்களையும் மக்கள் தெரிந்துகொள்ளவும் பங்கேற்கவும் வினையாற்றவும் வாய்ப்புகளை முடக்கிவைத்துத் தங்களுக்கான மூடுமந்திரங்களாக மாற்றிக்கொண்டு இயங்குகின்ற புரட்சிகர அமைப்புகளின் செயல்பாடுகள் பற்றிய உரத்த சிந்தனைகளை எழுப்புகின்றனர். இந்தச் சூழலில்தான் இக்கவிதைத் தொகுப்பு வெளிவந்துள்ளது.

தோழர் முருகுவும் நானும் இணைந்து செயல்பட்ட மனஓசை ஆசிரியர் குழு அமைப்பிலும்கூட விவாதத்துக்குரிய பிரச்சினைகள் அமைப்பின் செயல்பாடுகளினூடே எழுந்தன. அ.மார்க்சின் 'பிரெக்டின் இன்னொரு பரிமாணம்', 'அவலம்' குறித்த விவாதம், அம்பை சிறுகதைகள் மீதான விமர்சனம், எஸ்.வி. ராஜதுரையின் 'ரஷ்யப் புரட்சி - இலக்கிய சாட்சியம்' குறித்து வசந்தகுமார் எழுதியனுப்பிய விமர்சனம், எஸ்.வி. ராஜதுரையின் மற்றொரு நூலான 'அல்தூஸர்' குறித்துக் கோ.கேசவன் எழுதி அனுப்பிய கட்டுரை, அன்னா அக்மதோவா கவிதைகள் குறித்த மதிப்பீடு, மண்டல் பிரச்சினை, ஈழத் தமிழரும் தமிழக அரசின் அடக்குமுறைச் சூழலும் குறித்த விவாதம், மாற்றுக் கருத்துக்களைக் கொண்ட பிற அமைப்பு சார்ந்த, சாராத படைப்பாளிகளின் படைப்புகளை வெளியிடுவது போன்றவை அவைகளில் சில.

இவைகள் சாராம்சத்தில் பெண்ணியம், சாதி, தேசிய இனம், மொழி, கலை இலக்கியம், அமைப்பின் செயல்பாடுகள் போன்றவை தொடர்பானவை. இயக்கத்தின் செயல்பாடுகளினூடே தோன்றிய கேள்விகள். தீர்வு காண வேண்டிய கேள்விகள். இக்கேள்விகளுக்கான தீர்வுகளைத் தேடுவதும் அதற்கான முயற்சிகளும்தான் அமைப்பின் செயல்பாடுகளை விரிவுபடுத்தும்; பரந்துபட்ட மக்களுடன் அமைப்பை இணைக்கும்; புதிய வீச்சில் அமைப்பின் செயல்பாடுகளை மேலெடுத்துச் செல்லும் என்ற நிலையில் உருவானவை. தீர்வுகளுக்கான தேடல்களும் முயற்சிகளும் அமைப்பின் செயல்பாடுகளினூடே நிகழ வேண்டியனவே. ஆனால் தீர்வுகளை நோக்கிய முயற்சிகளுக்குப் பதிலாக இறுகிய வாய்பாடுகள் ஆசிரியர் குழுப் பொறுப்பாளரால் ஒப்புவிக்கப்பட்டன. தீர்க்கப்படாத பிரச்சினைகள் கண்ணுக்குப் புலப்படாத எலும்புருக்கி நோயைப் போலக் காலப்போக்கில் அமைப்பை உருக்குலைத்தது;

செயல்பாடுகளைச் சிதைத்து வந்தது; இறுதியாக ஒருநாள் பத்திரிகையைச் சாகடித்தது. பத்திரிகை நின்ற பின்பு ஆசிரியர் குழுவின் இதரச் செயல்பாடுகளும்கூட முடக்கப்பட்டன. உடன் செயல்படும் தோழர்களுக்கு ஆர்வமான முன்னுதாரணமாக விளங்கி அவர்களை ஆகர்ஷிக்க வேண்டிய பொறுப்பாளர்கள் சடங்குத்தனமான செயல்பாடுகளை மேற்கொள்ளும்போது அமைப்புகளில் இவ்வாறெல்லாம் நிகழ்ந்துவிடுகின்றன.

தோழர் இளமுருகுவும் நானும் மனஓசையில் இணைந்து செயல்பட்ட காலத்தில் நடந்தவைதான் இவையெல்லாம். இளமுருகுவின் இக்கவிதைத் தொகுப்புக்கும்கூட ஆசிரியர் குழு சார்பாக முன்னுரை எழுதுவது என்ற கருத்து எங்களால் முன்வைக்கப்பட்டபோது அதை முடிவு செய்வதற்கான பூர்வாங்கக் கூட்டம்கூடக் கூட்டப்படாமல் தவிர்க்கப்பட்டது. இச்சூழலில் அமைப்புக்கும் அணிகளுக்குமான உறவில் இளமுருகு கொண்டிருந்த அணுகுமுறையின் வெளிப்பாடுகளாக இத்தொகுப்பில் இடம்பெற்றிருக்கும் சில கவிதைகளை 'வாசித்துப்' புரிந்துகொள்ள முடியும்.

'பூசிய இடங்களிலும் புதிது புதிதாய் விரிசல்கள் ஓட்டைகள்' இருப்பினும் 'பொய்மை எச்சிலில் நொதித்த சொற்களை ஈரம் கனியக் கனிய உதிர்க்கும் உதடுகளால் ஆனது காலம்' என்ற போதிலும் 'உயர்ந்தும் தாழ்ந்தும் முறித்தும் முறிந்தும் தெரியும் இடிபாடுகளுக்கிடையேதான் தொடரும் பயணம்' என்றாலும் 'பிம்பங்கள் நிலைப்பதில்லை என்பதுணர்ந்தாலும்' 'உடை கசங்காமல் மயிர் கலையாமல் மூக்கு சிதையாமல் விரல் உதிராமல் பாதுகாப்பதற்கென்றே போக்கும் வரத்தும்' இருந்தால் சகலவற்றையும் சகித்துக்கொள்ளலாம் என்பது போராட்டத்தின் பண்பையே முடக்கிவிடும். அது நேராமல் இருக்க 'நிகழ் உறவு'களை அவ்வப்போது பரிசீலனைக்கு உட்படுத்துவது அவசியமாகிறது.

மனஓசையின் செயல்பாட்டு முறை 'ஞாயிற்றுக்கிழமை சந்திப்பாக' இல்லாமல் புரட்சிகர அமைப்புக்கான சரியான செயல்முறைகளுடன் இருந்திருப்பின் முருகுவின் கவிதைகள் இன்னமும் உயர்ந்த தளங்களிலும் புதிய வடிவங்களிலும் உருவாகி இருக்கும். அதற்கான சாத்தியங்களை உருவாக்கிக் கொள்வதற்கான முயற்சியும் உந்துதலும் அவருக்கு இன்னமும் உண்டு என்ற நம்பிக்கை எனக்கு உண்டு.

24-12-92 **சுரேஷ்**
சென்னை

ஆ
'நீர் மிதக்கும் கண்கள்' (2005)
தொகுப்புக்கான முன்னுரைகள்

பெயரை உதிர்த்தல்

இளமுருகு என்னும் புனைபெயரில் என் கவிதைகள் இதழ்களில் வெளியாகி வந்திருக்கின்றன. அப்பெயரிலேயே இரண்டு தொகுப்புகள் ('நிகழ் உறவு', 1992; 'கோமுகி நதிக்கரைக் கூழாங்கல்', 2000) வந்தன. அதுவல்லாமல் வேறு சில பெயர்களையும் சில சமயங்களில் கவிதைக்குப் பயன்படுத்தி யிருக்கிறேன். மனஓசை இதழில் எழுதிய காலத்தில் புனை பெயர்களுக்கான தேவை இருந்தது. ஒரே இதழில் இரண்டு மூன்று ஆக்கங்கள் பிரசுரமாகும்போது வெவ்வேறு பெயர்களில் இருந்தால் இதழுக்கு வாசிப்புத்தன்மை கூடும் என்பதே காரணம். அது ஒரு பழக்கமாகிக் கவிதைக்கு இளமுருகு என்னும் பெயரே தொடர்ந்தது.

இப்போது ஒருபெயரே போதும் என்று தோன்றுகிறது. ஆகவே பெருமாள்முருகனே இத்தொகுப்புக்குப் பெயராகிறது. ஒரு பெயரை உதிர்த்தலின் வலி இருக்கத்தான் செய்கிறது. எனினும் பெயரைக் காலத்திற்கும் தூக்கிச் சுமக்க வேண்டிய துயரத்திலிருந்து விடுபாடும் கிடைக்கிறது. வலியும் மகிழ்வும் இணைந்த தருணம் இது.

இக்கவிதைகளில் சில காலச்சுவடு, தீராநதி, கவிதாசரண், குதிரைவீரன் பயணம், உயிர்மை, உலகத்தமிழ்.காம் ஆகிய இதழ்களில் பிரசுரமாயின. அவ்விதழ்களுக்கு நன்றி.

இத்தொகுப்பைச் செம்மைப்படுத்த உதவிய நண்பர்கள் க. மோகனரங்கன், குவளைக்கண்ணன் ஆகியோர். முந்தைய எனது தொகுப்புகளையும் சேர வாசித்து முன்னுரை எழுதியுள்ளவர், கவிதை பற்றி நான் மதிக்கும் வகையிலான கருத்துகளைக் கொண்டிருக்கும் கவிஞர் ஆனந்த் அவர்கள். இத்தொகுப்பைப் பார்வையிட்டுக் கருத்துக் கூறியவர் ராஜமார்த்தாண்டன் அவர்கள். கவிதைகளைப் படியெடுத்தவர்கள் என் மாணவர்களாகிய வே. கங்காதரன், மு. நடராஜன் ஆகியோர். அனைவருக்கும் நன்றிகள்.

நாமக்கல் **பெருமாள்முருகன்**
02-11-05

இ.

பெருமாள்முருகன் கவிதைகள்:
ஒரு பார்வை

வாழ்வனுபவத்தின் பதிவுகள் நம் பிரக்ஞைக்குள் ஒவ்வொரு கணமும் நுழையும் போது நம் ஆழத்திலிருந்து சில பிம்பங்கள் எழுந்து அவற்றை எதிர்கொள்கின்றன. இது எல்லோருக்கும் எல்லா நேரங்களிலும் நிகழும் ஒரு பரிவர்த்தனை. அது அந்தப் பதிவுகளுக்குப் பொருளும் அழகும் சேர்த்து அனுபவமாக்குகிறது. அதற்கு முன்னதான புலனுணர்வின் பதிவுகள் பொருளுக்கு முந்தையவை. அப்படியென்றால் ஒரு சராசரி மனிதனுக்கும் கவிஞனுக்கும் இடையில் இந்த முறைப்பாட்டில் என்ன வேறுபாடு இருக்கிறது?

கவிமனத்தில் தோன்றும் பிம்பங்களில் அழகுணர்ச்சி கூடுதலாக இருக்கிறதா? அது மட்டும்தானா? கவனித்துப் பார்த்தால் கவி மனத்தி லிருந்து எழும் பிம்பங்கள் சராசரி மனத்தைவிட இன்னும் ஆழத்திலிருந்து வருகின்றன என்று சொல்லலாம். சராசரி மனம் பொதுவாகத் தன் காலம் உருவாக்கிய பிம்பங்களைக் கடந்து செல்வதில்லை. ஆனால் கவிமனத்தில் சமூகக் கூறுகள் உருவாக்கிய மேல்மன அமைப்பில் இறுக்கம் சற்றுக் குறைவாக இருப்பதால், சில திறந்த வெளிகள் இருப்பதால், தன் தனிமனத்தைக் கடந்த, தன் காலத்தைக் கடந்த ஆழ்தளங்களிலிருந்து பிம்பங்கள் எழுவதற்கு அது இடம் கொடுக்கிறது.

இந்த முறைப்பாடு வெறும் இயந்திரகதியானதல்ல. மனத்தின் அமைப்பையும் பார்வையையும் அதன்

காரணமாக அனுபவத்தையும் மாற்றி அமைக்கக் கூடிய வல்லமை கொண்டது அது.

அனுபவத்தின் தோற்றுவாய் ஆழ்தளங்களையும் கடந்த தனியொரு பரிமாணமாக இருக்கிறது. அங்கு தோன்றும் அனுபவம் நாம் உள்ளடக்கம் என்று அடையாளம் காணும் விஷயம் ஏதுமில்லாமல்தான் எழுச்சிகொள்கிறது. அங்கிருந்து ஆழ்தளங்களைக் கடந்து, பொருள் சேர்த்துக் கொண்டு, அழகும் அமைப்பும் கூடி, வெளியே மேல்மனத்தில் சொல்லேற்று கால - வெளிப் பரிமாணத்தில் அனுபவமாக வெளிவருகிறது. ஒரு அனுபவம் கால - வெளிச் சட்டகத்தை வந்தடைந்த பிறகே அதை ஒரு சராசரி மனிதமனம் அறிந்து கொள்கிறது. ஆனால் அந்தக் கட்டத்தில் அனுபவம் தன் ஆழமிழந்து, பல பொருள்களைப் பிரதிபலிக்கக்கூடிய தன்மையை இழந்து, ஆழமற்ற மேல்மனத்தின் குறுகிய அமைப்புக்குள் வந்து சிக்கிக்கொள்கிறது.

ஆனால் இந்த முறைப்பாட்டில் எந்தக் கட்டத்திலும் ஒருவன் தோற்றுவாயை நோக்கிச் சென்று, வழியிலேயே அனுபவத்தை அடையாளம் கண்டுகொள்ள முடியும். எந்தக் கட்டத்தில் அவன் அதை அடையாளம் கண்டுகொள்கிறான் என்பது அந்தந்தக் கவிஞனைப் பொறுத்து இருக்கிறது. அந்தக் கவிஞனின் உணர்வு நுட்பம் எவ்வளவு ஆழங்களுக்குச் செல்லக் கூடியது என்பதைப் பொறுத்தது அது.

அனுபவம் தன் உள்ளடக்கமற்ற தோற்றுவாயிலிருந்து எழுச்சிகொண்டு வரும்போது பல தளங்களையும் நிலைகளையும் கடந்து வருகிறது. தன் உணர்வு நுட்பத்துக்கு ஏற்ப ஒரு கவிஞன் - கலைஞன் - அதை வழியிலேயே ஒரு தளத்தில், ஒரு நிலையில், எதிர்கொள்ள முடியும். அவன் அதை எதிர்கொள்ளும் ஆழத்துக்கு ஏற்ப அதன் வெளிப்பாட்டுத் தன்மை நிர்ணயமாகிறது. வாசகனின் மனத்தில் கவிதை ஏற்படுத்தக்கூடிய பாதிப்பு எந்த ஆழத்தில் நிகழ முடியும் என்பதையும் இதுதான் பெருமளவுக்கு முடிவு செய்கிறது.

ஒருவிதத்தில் சொல்லப்போனால் கவிஞன் கால - வெளி அனுபவத்துக்கு முந்தைய கணத்தில்தான் வாழ்கிறான். நம் பிரக்ஞையில் அறிவின் அடைசல் இல்லாத ஒரு வெற்றிடம் இருக்கிறது. அங்குதான் ஒரு அசலான மனிதன் வாழ்கிறான் என்று சொல்லலாம். ஆழ்தளங்கள் கொண்டுவரும் உண்மை ஊறிய பிம்பங்களை மேல்மனம் பிழிந்தெடுத்து வெறும் சக்கையாக ஆக்கிவிடுவதற்கு முன்னால் அதை அவன் ஏற்றுக்கொண்டு ருசிக்கிறான்.

அறிவின் அடிப்படையில் ஒரு அனுபவத்தின் பொருள் என்ன என்பது ஒரு கவிஞனின் அக்கறையாக எப்போதும் இருப்பதில்லை. அது கொண்டுவரும் செய்தி பற்றிக்கூட அவனுக்கு அக்கறை இருப்பதாகச் சொல்லிவிட முடியாது. அதன் மதிப்பு அதற்குள்ளேயே இருப்பதை அவன் தன் ஆழத்தில் அறிகிறான். வானத்திலிருந்து விழும் அதிசயப் பொருளென அதை அவன் ஏற்றுக்கொள்கிறான். அதை வைத்துக்கொண்டு திருப்பித் திருப்பிப் பார்த்துத் தொடர்ந்து அதிசயப்பட்டுக்கொண்டு இருக்கிறான். வாழ்க்கைக்கு அதிசயத்தையும் ஆச்சரியத்தையும் அது அவனுக்குக் கொடுத்துக்கொண்டே இருக்கிறது.

இவ்வாறு ஆழங்களுக்குச் செல்வது என்பது படிப்பறிவைப் பொறுத்த விஷயமல்ல. உள்ளுணர்வின் நுட்பம் படிப்பறிவினால் வளர்ச்சிகொள்வதில்லை. ஆனால் நுட்பமான உள்ளுணர்வு அறிந்துகொள்ளும் விஷயங்களை வெளிப்படுத்துவதில் படிப்பறிவு நிச்சயம் துணை செய்கிறது.

மேல்மனம், அதன் அமைப்பு, அறிவு, உள்ளடக்கம் எல்லாம் அந்தந்தக் கவிஞனைப் பொறுத்துத் தனித்துவம் வாய்ந்ததாக இருக்கிறது. கவிதை படிமமேற்று மொழியில் வெளிப்படும்போது எவ்வகையான மொழியுருவத்தைக் கொள்கிறது என்பதை அதுதான் நிர்ணயிக்கிறது. சொற்களின் கையாளல் கவிஞனின் மொழிப்புலமை சார்ந்ததாக இருந்த போதிலும் சொல் தேர்வை நிர்ணயிப்பது வெறும் மொழிப்புலமை மட்டுமல்ல. அனுபவத்தின் பாதையில் கவிஞன் அதை எங்கு எதிர்கொள்கிறான் என்பது சொல் தேர்வை நனவுமனத்தின் துணையின்றியே நிச்சயித்துவிடுகிறது. இதையெல்லாம் ஒரு கவிஞன் அறிவுபூர்வமாக அறிந்துகொள்ள வேண்டிய அவசியம் இல்லவே இல்லை. அறிவு சார்ந்த அவன் மேல்மனம் அறியாமலேயே இது நடக்கிறது. அதனால்தான் மேல்மனத் தூண்டுதலால் மட்டும் வெளிப்படும் கவிதைகள் ஆழமின்றி வாசகனின் மேல்மனத்தைத் தாண்டி எந்த விளைவுகளையும் ஏற்படுத்துவதில்லை.

கவிமனத்தின் அகவளர்ச்சி சார்ந்த முறைப்பாடுகளை வெளிக்கொணர்வதில் கவிதை பெரும் பங்கை வகிக்கிறது. அந்த ஆழ்மன முறைப்பாடுகள் அருமையான கவிதைகளை வெளிப்படுத்துவதோடு மட்டுமல்லாமல் வாசக மனத்தின் அகவளர்ச்சியிலும் தன்னளவில் பங்குகொள்கின்றன. தன் அகவளர்ச்சியின் முக்கியமானதொரு கட்டத்தில் இருக்கும் ஒரு வாசகனின் பிரக்ஞையைக் கவிதை ஒருகணத்தில் தளம் மாற்றிவிடக்கூடிய வல்லமை கொண்டிருக்கிறது.

கவிஞனின் ஆழ்பிரக்ஞையில் ஏற்பட்டுக்கொண்டிருக்கும் அகமாற்றத்தைக் கவிதை அவனறியாமலேயே பிரதிபலிக்கக் கூடியது. மென்னுணர்வு வாய்ந்த ஒரு கவிமனம் அல்லது வாசக மனம் தன் ஆழ்தளங்களின் அசைவுகளைக் காட்டும் ஒரு நிலைக்கண்ணாடியாகக் கவிதையைப் பார்க்கமுடியும். ஆனால் இதற்கு மேல்மனத்தின் ஆதிக்கத்திலிருந்து பெருமளவுக்குப் பிரக்ஞை விடுபட்டிருக்க வேண்டியது அவசியம்.

கவிதை மேல்மனத்தின் செயல்பாடெனக் கருதிக்கொண்டிருக்கும்வரைக்கும் கவிதையின் இயக்க முறைப்பாட்டில் பங்குகொள்வது என்பது சாத்தியமில்லாதது. அசலான கவிதை இம்மாதிரியான மனங்களிலிருந்து வெளிப்படுவதும் அசாத்தியம். இப்படிச் சொல்வதனால் கவிதை பிரக்ஞையின் ஆழ்தளங்களைப் பற்றிய விஷயங்களைத் தன் பாடுபொருளாகக் கொண்டிருக்க வேண்டும் என்று சிறிதும் அவசியம் இல்லை.

காட்சியும் தன்னுணர்வும் சந்திக்கும் அகப்புள்ளியில் ஏற்படும் பரிவர்த்தனையின் வெளிப்பாடாகவே கவிதை எப்போதும் இருக்கிறது. நதியின் ஓட்டமும் படகின் தன்மையும்தான் பயணத்தின் பாதையை நிர்ணயிக்கின்றன. மேல் மனம் அவ்வகையான பயணத்தின் போக்கை முழுவதுமாக நிர்ணயம் செய்வதில்லை. அது முடியவும் முடியாது. ஆனால் நதியின் போக்கைக் கணக்கில் கொண்டு பயணத்தின் தன்மையை, திசையை ஓரளவுக்கு வழிப்படுத்துவது மட்டுமே மேல்மனத்தின் சாத்திய எல்லை. ஆனால் அதற்கும் மிகுந்த சாகசமும் ஆற்றலும் தேவை என்பதை மறுத்துவிட முடியாது. எழுதப்பட்ட கவிதையின் அமைப்பு, அதில் வெளிப்படும் பிம்பங்கள், படிமங்கள், சொல்தேர்வு, ஓசைநயம் எல்லாவற்றையும் கவிஞனின் தனிமனம், அவரது வாழ்க்கை அனுபவம், மொழிப் புலமை, உணர்வு நுட்பம் அனைத்தும் சேர்ந்து முடிவு செய்கின்றன.

இப்போது பெருமாள்முருகனின் கவிதைகளைப் பார்ப்போம். அவரது முதல் தொகுதியிலிருந்து இரண்டாவது தொகுதி வேறுபட்டிருந்தது. பார்வையில் அண்மையும் நுட்பமும் கூடியிருந்தன. இப்போது இந்த மூன்றாவது தொகுதியில் அவரது ஆளுமையின் முதிர்ச்சியும் ஆழமும் தெளிவாக வெளிப்படுகின்றன. அவரது கவிதை உலகத்தின் பல அம்சங்கள் மாறியிருக்கின்றன. புதிய அம்சங்கள் சேர்ந்திருக்கின்றன.

முதல் இரண்டு தொகுதிகளில் இருந்த எளிமையையும் நேரடித் தன்மையையும் இந்தத் தொகுதியிலும் காணமுடிகிறது.

என்றாலும் இவை முன்பைவிட இன்னும் ஆழமான தளங்களிலும் இயங்குவதைப் பல கவிதைகள் காட்டுகின்றன.

வானினின்றும் தப்பிவந்த மழை
அடைக்கலம் கேட்டு
என் வீட்டுக் கதவை
இரவெல்லாம் விடாமல்
தட்டிக்கொண்டே இருக்கிறது
காதுக்குள் இறங்கி உடம்பெங்கும்
ஓடுகிறது அவ்வோசை
தாழ்ப்பாள் திறந்து உள்ளே அழைத்து
மழையின் துக்கத்தைக் கேட்டு
ஆறுதல்படுத்தலாம்
மழையிடம் என் கதையைக் கூறியும்
ஆசுவாசப்படலாம்
எழ மனமின்றி
கதவு தட்டப்படும் ஓசையில் லயித்துக் கிடக்கிறேன்
நீளும் இரவில்
கதவு உடைபடும் கணம் வரட்டும் என்று.

மனவியல் ரீதியான வாசிப்பில் இந்தக் கவிதை பல ஆழ்மனத் தளங்களுக்கு வாசகனை இட்டுச் செல்லக்கூடிய அம்சங் களைத் தனக்குள் கொண்டிருக்கிறது. கதவைத் தட்டும் மழை என்பது என்ன, மழையின் துக்கம் என்ன, கவிஞனின் கதை என்ன, ஏன் கவிஞன் எழ மனமின்றி அதுவாகக் கதவை உடைத்துக்கொண்டு வரட்டும் என்று காத்திருக்கிறான் என்ற கேள்விகள் பல ஆழ்மனத் தளங்கள் பற்றிய விசாரணையில் நம்மை கொண்டுபோய்ச் சேர்த்துவிடும் இயல்பைக் கொண்டிருக் கின்றன. ஒவ்வொரு கேள்வியும் ஒரு கதவைத் திறந்துவிடும் வல்லமை கொண்டிருக்கிறது.

ஆழமான விஷயங்களைக் குறித்த கவிதைகள் தன்னளவில் எளிமையுடன் இருப்பது அவசியம். இது பொதுவாகக் கவிஞனின் தெளிவு சார்ந்து இருக்கிறது. தனக்குள் தெளிவில்லாமல் ஆழமான விஷயங்கள் கவிதையில் பேசப்படும்போது அடிப்படையிலேயே குழப்பமான ஒரு வெளிப்பாட்டைத்தான் நாம் காணமுடியும். இந்தக் கவிதையில் எந்தக் குழப்பமும் இல்லை. எவ்வளவு ஆழத்துக்குக் கவிதைக்குள் செல்ல முடியும் என்பது வாசகனின் அறிவுக் கூர்மையையும் உணர்வு நுட்பத்தையும் பொறுத்துத்தான் இருக்கிறது.

'விதைப்பானை' என்னும் கவிதை. இரவல் கேட்டவர் களுக்குக்கூடக் கொடுக்காமல்,

'மழைப்பருவங்களில் பூஞ்சை அண்டாமல்
பனிப்பருவங்களில் பூச்சி புழுக்கள் துளைக்காமல்'
பத்திரப்படுத்தி,
'இப்போது அள்ளி வீசப்படும் மணிகள்'
பற்றி
'தூற்றும் காற்றெதிர்த்து நிற்கும் வலு கிடைக்குமோ
பசியோடு இருக்கும் பறவைகளின்
வாயில் சிக்கிவிடுமோ
வெப்பத் தகிப்பில் கருகிப் பதராகுமோ'
என்ற கவலை, பதற்றம்.
'காலிப்பானையை மூலையில்
கவிழ்த்துவைக்கிறேன்
அறுவடை நாளின்
கனவுகளோடு.'

விதைகள் எதைக் குறிக்கின்றன? பிரபஞ்ச ஆக்கத்தில் தன் செயல்பாட்டுப் பங்களிப்பு மூலமாக நிகழக்கூடிய எந்த விதமான ஒரு செயலையும் 'அள்ளி வீசப்படும் மணிகள்' என்னும் வரி குறிக்க முடியும். தன் குழந்தைகள், தன் கவிதைகள், தான் வரைந்த சித்திரங்கள், ஒரு பள்ளி ஆசிரியனுக்குத் தன்னிடம் கல்வி பயின்று வெளியில் செல்லும் மாணவக் குழந்தைகள் என இவை போன்ற எதையும் இந்த 'மணிகள்' குறிக்கக் கூடும். இந்தப் பின்னணியில் வாசிக்கும்போது இந்தக் கவிதை பல பொருள் தளங்களைத் திறந்துவிடுகிறது, வாசகன் நுழைந்து பார்க்க.

மென்னுணர்வுகள் தம்மை வெளிப்படுத்திக்கொள்ளத் தேர்ந்தெடுக்கும் சித்திரங்கள், அவை தம்மை அமைத்துக் கொள்ளும் பாங்கு, வாசக மனத்தைச் சரியான இடங்களில் தொட்டு எழுப்பும் நயம் அனைத்தும் கூடி நிற்கிறது இந்தக் கவிதை.

காணும் பொருள்கள் எல்லாம் கல்லால் ஆகியிருக்கின்றன; சுவர்க்கற்கள், திண்ணைகள், பலகைக் கல் படுக்கைகள், பாலங்கள், அடுப்புகள், கோபுரங்கள், கல்தொட்டி. அனைவரும் கல்லில் தெரியும் உருவங்களை அடையாளம் கண்டு அவற்றைப் பயன்பாட்டுப் பொருள்களாகப் பார்க்கும் நேரத்தில் கவிஞனின் மனம் தேடுவது,

'கவிழ்ந்திருக்கும் அதன் உட்குழிவில்
புதைந்து கிடக்கும்
ஆதி ரகசியம்.'

'ஊற்றைக் கண்டடைதல்' என்னும் கவிதையில் சிரிப்பு ஒரு ஊற்றென, பின் ஓடையென, நதியென, அருவியென, கடைசியில் பேராறென உருக்கொண்டு ஒவ்வொரு நிலையிலும்

அந்நிலைக்கேற்றவாறு அதனுடன் கவிஞர் கொள்ளும் உறவு, நீர்மையின் பன்முகங்களையும் அவை குறிக்கும் பல தளங்களையும் கவிதையில் பிரித்துக் காட்டுகின்றது.

இந்தத் தொகுப்பில் குழந்தை பற்றி வந்துள்ள கவிதைகள் மிகவும் முக்கியமானவை. நம் உலகம் பற்றிய இலக்கணங்களைக் கணக்கில் கொள்ளாமல், அவற்றினால் கட்டுப்படாமல், முழுச் சுதந்திரத்துடன் தன் பிரத்தியேகமான உலகத்தையும் அந்த உலகின் விதிகளையும் சிருஷ்டித்துக்கொள்ளும் குழந்தையின் மனத்தின் அற்புதம் இக்கவிதைகளில் மிகுந்த ஆழத்தோடு வெளியாகியிருக்கிறது. 'சிருஷ்டி', 'குழந்தைகளைத் தண்டித்தல்', 'அப்போதிருந்து' போன்ற கவிதைகள் இதற்கு எடுத்துக்காட்டு.

'பொம்மைகளை
உடைத்தால் வாங்கித் தரமாட்டேன் என்றேன்
பொம்மைகள்
உடைந்தால் வேறொன்றாகிக்கொள்ளும் என்றான்
பொம்மைகள்
பதிலுக்குப் பதில் பேசுமா என்றேன்
பொம்மைகள்
அப்படித்தான் பேசும் என்றான்
பொம்மைகள்
அப்படிப் பேசினால் அடிப்பேன் உதைப்பேன் என்றேன்
பொம்மைகளும்
திருப்பி அடிக்கும் உதைக்கும் என்றான்
அப்போதிருந்துதான்
எல்லாப் பொம்மைகளின் கண்களும்
என்னையே உற்றுப் பார்க்கத் தொடங்கின.'

குழந்தையின் பார்வையில் பொம்மைகளுக்குப் பிரக்ஞை இருக்கிறது. குழந்தை தன் பிரக்ஞையைத் தயக்கமின்றிப் பொம்மைகளுக்குக் கொடுத்த 'சிருஷ்டி' நிகழ்த்திய அற்புதம் அது. தகப்பனின் பார்வையில் இந்த அற்புதம் நிகழவில்லை. பொம்மைகளைப் பொருள்களாக மட்டுமே பார்க்கப் பயிற்றுவிக்கப்பட்ட மனம் அது. குழந்தை தகப்பனுக்குச் சிருஷ்டி ரகசியத்தைக் கற்றுக்கொடுக்கும் ஜாலத்தை இந்தக் கவிதை நிகழ்த்துகிறது. இனி தகப்பனுக்குப் பொம்மைகளை - உலகத்தை - வெறும் பொருள்களாகப் பாவிக்கும் மனப் பாதுகாப்பு இல்லாமல் போய்விட்டது. அவன் பிரக்ஞைபூர்வமான உலகத்தை ஒவ்வொரு கணமும் இனி எதிர்கொண்டாக வேண்டும்!

குழந்தை மனம் பற்றிச் சொல்லிவிட்ட கவிஞர் மறுபுறம் கடந்துவிட்ட தலைமுறையின் மனப்பாங்கு பற்றி 'அப்பாவின் வேலி'யில் வெளிச்சம் போட்டுக் காட்டுகிறார்.

'வேலியின் அவசியம்
வேலியின் பாதுகாப்பு
வேலிப் பராமரிப்பு
என்பன பற்றியே எப்போதும் என்னுடன் பேசுவார்'

வாழ்க்கையின் சந்தர்ப்பங்களை இயல்பாக ஏற்றுக் கொள்ளும் இயல்பு, உறவில் தன் சுயத்தைப் பின்தள்ளிக் கொண்டுவிடும் மனப்பாங்கு, அக்கண அனுபவத்தை எதிர்கொண்டு சுலபமாகக் கடந்து விடும் எளிமை, இவை இக் கவிதைகளில் தெளிவாக வெளிப்பட்டிருக்கின்றன.

இவருடைய மனம் விரிந்திருக்கிறது. புதிய தளங்கள் சேர்ந்திருக்கின்றன. அனைத்துத் தளங்களும் மேலும் ஒருங்கிணைந்துகொண்டிருக்கின்றன. பார்வை நுட்பமும் கூர்மையும் சேர்ந்து வளப்பட்டிருக்கிறது.

பெருமாள்முருகனின் கவிதைப் பயணத்தில் இந்தத் தொகுப்பு முக்கியமான ஒரு கட்டம் என்பதை இக்கவிதைகள் தெளிவாகச் சொல்கின்றன.

ஆனந்த்

ஈ.

'வெள்ளிசனிபுதன் ஞாயிறுவியாழன்செவ்வாய்' (2012)
தொகுப்பின் முன்னுரைகள்

அடுக்குமாடி அங்காடியில் விற்பனையாகும் கிராமமும் வாழ்வும்

கிரானைட் தன்னைக் காட்டிக் கிடந்தது
நீ என்ன கண்டாய் நாடோடியே?
உட்கார ஒரு பெஞ்சுமில்லை. நான்
 களைத்துப்போயிருந்தேன்.

– ப்ரக்ட்

ஒரு கவிதை உருவாவதற்கும் அக்கவிதை உருவாகக் காரணமான அனுபவத்திற்கும் இடையே இருக்கும் ஒரு மெல்லிய இழையை அடைபவனே கவிஞன். கவிஞன் தன் அனுபவத்தை அல்லது தரிசனத்தைப் பெறுவதற்குமுன் அவ்வனுபவத்தை அடைந்திடக் காத்திருக்கும் ஒரு சராசரி மனிதனாகவே இருக்கிறான். அவ்வனுபவம் அவன் மனதில் படும்போதுதான் அவனுக்குள் ஏற்படும் ஒருவிதமான உணர்வு அவனைச் சராசரி மனிதத் தன்மையிலிருந்து விலக்கிப் படைப்பாளியாக்குகிறது. அவ்வனுபவம் அவனுக்குள் கிளர்த்தும் கேள்விகள், உண்மைகள், சந்தேகங்கள் அவனை எழுதவைக்கின்றன. அங்குதான் வாழ்வின் முதல் முகம் அவனுக்கு அவ்வனுபவத்தின் வழியே தெரிகிறது. தனக்கும் பிரபஞ்சத்திற்குமான உறவை உணர்கிறான். அப்போது அவனுக்குள் ஒரு விழிப்புநிலை உருவாகிறது. அங்கிருந்துதான் படைப்பு உத்வேகம் கொள்கிறது.

பிரபஞ்சத்தின் ஒட்டுமொத்த உணர்ச்சிக்கூறைத் தனக்குள் கொண்டவன் கவிஞன். அவனையும் அவன்

பிரபஞ்சத்தையும் தனித்தனியாகப் பிரித்தறிய முடியாது. ஏனெனில் அவன் மனதின் நிழல் பிரபஞ்சம். அல்லது பிரபஞ்சத்தின் நிழல் அவன். இந்த நிழலிலிருந்து அவனுடைய கேள்விகள், விவாதங்கள், விளக்கங்கள், தரிசனங்கள் படைப்பாக வெளிவருகின்றன. அப்படைப்பினை வாசிக்கும்போது நமக்குள் அந்தக் கேள்விகளை, தரிசனங்களை நாம் அடைந்திருப்பதை உணரமுடிகிறது. இதை நாம் உணரும்போது படைப்பின் விழுமியம் முழுமையடைந்துவிடுகிறது. கேள்விகள், தரிசனங்களில் உண்மை இல்லாதபோது படைப்பின் விழுமியம் சாத்தியமற்றுப்போகிறது. ஆகப் படைப்பின் விழுமியம் என்பது அனுபவம் வெளிப்படுத்தும் உண்மையைச் சார்ந்து விடுவதை நாம் உணரலாம். இந்தத் தளத்திலிருந்து பெருமாள்முருகன் கவிதைகள் உருவாகின்றன எனத் தோன்றுகிறது.

பெருமாள்முருகன் கவிதைகள் எளிமையானவை. அவை இயற்கையைப் போன்றவை அல்லது கிராமத்தைப் போன்றவை. இவரின் கவிதைகளை வாசிக்கும்போது படர்ந்து விரிந்த ஆலமரத்தின் சின்னஞ்சிறு கிளையில் பார்வைக்குப்படாமல் கூடுகட்டி வாழும் அக்காக் குருவியையே நான் காண்கிறேன். அக்காக்குருவியின் மாபெரும் இசையையே இக்கவிதைகளில் அங்கங்கு செவிமடுக்கிறேன். அது அவ்வளவு மென்மையானது. இன்றைய நவீனக் கவிதை உலகில் யதார்த்த எழுத்துக்கென்று பெருமாள்முருகன் கவிதைகளுக்கு இடமுண்டு.

இன்றைய தொழில்நுட்பக் காலத்தில் நாம் இழந்திருக்கும் ஒரு விஷயம் மிகவும் எளிமையான, இயற்கையான வாழ்வுதான். நவநாகரிகமான வாழ்வின் மோஸ்தரில் நாம் இழந்த மரபான, கிராமமிக்க வாழ்வை நினைப்பது மட்டுமே ஆறுதல் போலும். நகரத்தில் வாழ்ந்தபடி கிராமத்தில் சஞ்சரிக்கும் இரட்டை மனோநிலையே நம் மனம். இம்மனத்தைப் பெருமாள்முருகன் நன்றாக வெளிப்படுத்தியிருக்கிறார்.

நாகரிகம்

என் உயிர்நிலையை அடைந்துவிட்ட
சிற்றெறும்பு சொற்களால் கடிக்கிறது
மென்சதையில் ஒவ்வொரு சொல்லும்
முள்போல் இறங்குகின்றது
விரல் குவித்துப் பிடித்து
நசுக்கித் தேய்த்து காற்றில் ஊதிடக்
கை பரபரக்கிறது
எனினும்
ஒன்றும் செய்ய இயலவில்லை
தொடை இறுக்கி
வலி பொறுப்பதைத் தவிர.

இந்தக் கவிதையின் வழியே நாகரிகம் தரும் வலியைப் பெருமாள்முருகன் சொல்லிவிடுகிறார். நாகரிக வாழ்வு குறித்த பல கவிதைகளில், ஒரு ஜன்னலில் இருந்தபடி இயற்கையை ரசிக்கும்படியான, ஏங்கும்படியான ஒரு மனிதனின் படிமமே கிடைக்கிறது. இந்த மனிதன் கொல்லியருவிக் குளியலையும் சந்நியாசி கரட்டையும் காட்டுச் செடியையும் நெற்குதிரையும் நேசிப்பவனாக இருக்கிறான். அனுபவத்தின் மெல்லிய திரட்சி அங்கே குடிகொண்டலைகிறது. நாகரிகத்தின் பிடியில் தான் ஒரு பொம்மையாக மாறிவிடுவதை 'அடுக்குமாடி அங்காடி' (இன்றைய நவீன கவிதையில் அங்காடித் தெரு பற்றி முதலில் எழுதியவர் யவனிகா ஸ்ரீராம் என்றால், அடுக்குமாடி அங்காடி பற்றி முதலில் எழுதியவர் பெருமாள்முருகனாக இருக்கலாம்) கவிதையில் குறிப்பிடுகிறார்.

நம்பிக்கை ஊட்டிய அந்த அடுக்கில்
விலைச்சீட்டு மாட்டப்பட்ட விற்பனைப் பொருளாய்
மூலை ஒன்றில் குந்திக்கொண்டேன்

என்னும் வரிகளில் இந்த வலியை நாம் உணர்கிறோம். அடுக்குமாடி அங்காடி நவீன நாகரிகத்தின் அடையாளம் என்றால் குந்திக்கொண்டிருக்கும் நாம் ஒரு விலையற்ற பொருளாக மாறிவிடுவது மிகத் துயரமானது.

முன்சொன்னது போலவே நாகரிகத்திடம் நாம் தொலைத்துவிட்ட ஒன்று இயற்கை. நாம் இழந்துவிட்ட இந்த இயற்கையைக் குறித்துப் பெருமாள்முருகன் கவலைப்படுகிறார். அவருக்கும் அவர் விரும்பிய இயற்கைக்குமான உறவை 'ஏரி' என்னும் கவிதையில் மிகத் தெளிவாகக் குறிப்பிடுவது மட்டுமல்லாமல் அதன் உருமாற்றம் தாங்கவொண்ணாத் துயரத்தை உருவாக்குவதை வெளிப்படுத்தியுள்ளார். இது நீண்ட கவிதை. பால்யத்தின் மாபெரும் அழிவே நாகரிகம் என்பதை இந்தக் கவிதை சொல்லிவிடுகிறது. 'புதைத்தாலும் என் போக்கு மாறாது' என்று கோபிக்கும் ஏரியே தற்போதான நாகரிகப் பேருந்து நிலையம். மூதாதையின் சவமேட்டில் முளைத்த கள்ளிச்செடியாகவே இந்தப் பேருந்து நிலையம் கண்ணை உறுத்துகிறது.

நகர வாழ்வை மேற்கொண்ட ஒருவன் தன் தொட்டிச் செடியில் ஒரு காட்டுச்செடியை வளர்க்கிறான். ஆனால் அது ஒரு காடாக வளர்ந்து வலையென விரிந்து படுத்துக்கொண்டிருக்கும் அவனைச் சூழ்கிறது. அதனிடமிருந்து விடுபட அதை வெட்டிச் சாய்த்துப் பிளாஸ்டிக் செடியை நட்டுப் பால்யத்தைக் கண்டடைகிறான் 'காட்டுச்செடி' கவிதையில். இம்முழுக்கவிதையும் நாகரிகத்திலிருந்து விடுபட்டு வாழ எத்தனிக்கும் மனதையும்

மயானத்தில் நிற்கும் மரம்

அது முடியாமல் இழந்ததை நினைத்து வருந்தும் மனத்தையும் எடுத்துச் சொல்லிவிடுகிறது.

நாகரிகத்தின் வாழ்வில் ஏதோ ஒரு புள்ளியில் கவித்துவ மனநிலையைக் கண்டடைய முயல்வதே கவிஞனின் வாழ்வாகிறது. அன்றாடப் பயன்பாட்டுக் கருவியான கேஸ் அடுப்பில் உயிரோ கவித்துவமோ இயற்கை அளிக்கும் சாந்தமோ இருப்பதில்லை. ஆனால் அதில் ஒரு தரிசனத்தைப் பெருமாள்முருகன் அடைந்திருப்பதை 'உதவி' என்னும் கவிதையில் பார்க்கலாம்.

சமையல் எரிவாயு உருளையைத்
திறந்து அடுப்பைப் பற்றவைக்கிறேன்
....
நீலக்கை லாவகமாய் நீண்டு
உதவித் திரும்பும்
காட்சியே நிலைத்திருக்கிறது நினைவில்.

இதைக் கடந்து பார்க்கும்போது நவீன மனம் என்பது சற்றுக் குழப்பமானதே என்பதை அவர் சில கவிதைகளில் வெளிப்படுத்தி இருக்கிறார். 'நீலப்படக்காட்சிகள்' கவிதையில் பாலுறவுக் காட்சிகளை ரசித்தாலும் நாகரிகமான ஒருவனின் மனம் நோய்க்கூறு கொண்டிருப்பதைக் கூறுகிறார். அது நவீன வாழ்வில் விளைந்த ஒன்றுதான் எனத் தோன்றுகிறது. இந்த மனநோய்மையில் 'நாட்கள்' என்பன குழப்பமிக்க ஒன்றுதான் என்பதையும் அன்றாடச் சம்பவங்களுக்கிடையே நாட்கள் என்ற வார்த்தை வெறும் வார்த்தைதான் என்பதையும் 'கிழமைகள் குழம்பும் வாரம்' என்ற கவிதை குறிப்பிடுகிறது. நாட்களைக் கலைத்துவிட்டுத் தனக்கான நாட்களை வடிவமைக்கும் ஒரு கடவுளாகப் பெருமாள்முருகன் தோன்றுகிறார்.

நவீன வாழ்வில் மரணம் என்பதும் அநாதை நிலைதான். 'அரளி உதிர்த்த பூக்கள்' கவிதையில், இறந்த தெருநாய் மீது அரளிச் செடி மலர்கள் உதிர்க்கும் காட்சியில் இந்த அநாதைமை தோன்றிவிடுகிறது. இதே போன்று 'வண்ண நட்சத்திரங்கள்' கவிதையில் மகனின் அடம் பிடித்தலால் நம்பிக்கையின் பூக்கள் கருகி உதிர்ந்துகொண்டிருப்பதைக் குறிப்பிடுகிறார். இந்த அநாதைமையின் இன்னொரு முகமான புறக்கணிப்பைப் பற்றியும் பேசுகிறார்.

எந்தக் கணத்திலும்
அவன் என்னைத் தூக்கிவீசிவிடக்கூடும்
அப்போது

மரக்கிளையில் மாட்டி
சதை கிழியத் தொங்கமாட்டேன்
....
அழிவில்லாத அந்தக் குட்டிப்பையனை
எனக்குள் காப்பாற்றிக்கொண்டபடி
மலர்ப் படுகையில் போய் விழுவேன்.

என்று 'குட்டிப்பையன்' கவிதையில் கூறுகிறார். பெருமாள் முருகனின் குட்டிப்பையன் படிமம் நம் பால்யத்தின் இறந்த நிழல்தான். நாகரிக வாழ்வில் நாம் நம் குட்டிப் பையனை இழந்துவருவதை எளிமையாகச் சொல்கின்றது இக்கவிதை.

○

பெருமாள்முருகன் கவிதைகளை வாசிக்கும்போது ஒரு வரைபடம் நமக்குக் கிடைத்துவிடும். அது இழந்துவிட்ட கிராமமும் வாழ்ந்துகொண்டிருக்கும் நகரத்தின் வேதனையும் தாம். கிராமத்தை இழந்து நகரத்தில் வாழும் ஒரு இரண்டாங் கெட்டானின் விசும்பல் மனோநிலை தொகுதி முழுவதும் அலைந்துகொண்டே இருக்கிறது.

இத்தொகுதியில் தானியக் குதிர்கள் உடைந்து அடுக்குமாடி அங்காடிகள் தோன்றிய கணத்தை, ஏரி அழிந்து பேருந்து நிலையம் ஆன அவலத்தைத் தோலுரித்துக் காட்டுகிறார். நோய்க்கூறுள்ள ஒரு மனிதனையும் சமூகத்தையும் வெளிச்சம் போட்டுக் காட்டுகிறார். கொல்லியருவியின் நீர்மையை அனுபவிப்பவ ராகவும் நவீன நாகரிக வாழ்வில் தொலைத்துவிட்ட இயற்கையை, கிராமத்தை ஏக்கத்துடன் பார்ப்பவராகவும் கோழிப் பள்ளிக் கூடங்கள் (நாமக்கல் முட்டை x நாமக்கல் கோழிக்கூடம்) என்று விமர்சிப்பவராகவும் தோன்றுகிறார். கிராமம் x நகரம், இயற்கை x செயற்கை, மகிழ்ச்சி x துயரம் என்ற இரட்டைநிலையை மையமிட்ட இந்தக் கவிதைகளின் அடிப்படை மனம் என்பது இயற்கை வாழ்வை வேண்டுவதுதான்.

நாகரிக வாழ்வில் நாம் தொலைத்துவிட்ட உயிருள்ள ஆன்மாவைத் தேடுபவராக விளங்குகிறார். உயிருள்ள ஆன்மா என்பது வேறு ஏதுமில்லை. அது 'இயற்கையான வாழ்வு'தான்.

அய்யம்பேட்டை **ராணிதிலக்**

உ.

என்னுரை

கணத்தில் நேரும் நிகழ்வு

மொழியின் ஆதிப் படைப்பு கவிதை என்பது போலவே என் படைப்புகளின் ஆதி வடிவம் கவிதை. பால்ய வயதில் தொடங்கி ரொம்ப காலம் கவிதை மட்டுமே எழுதிக்கொண்டிருந்தேன். எதுவும் முதலில் கவிதையாகவே எனக்குள் உருக்கொள்கிறது. வேலியேறிப் படரும் கொடி போலப் பின்னர் அதுவே தனக்குரிய வடிவத்தைத் தேர்ந்துகொள்கிறது. கவிதையாக நிலைப்படுவன சிலவே. அவையே எனக்குப் பேருவகை தருகின்றன. கவிதையாக நிலைப்பவை என் அந்தரங்கத்தோடு நெருங்கியவை. பொதுவெளிக்குள் தூக்கி வீசிவிட எவ்வளவு முயன்றாலும் கவிமொழியின் ஏதாவது ஒருசொல்லில் அந்தரங்கம் ஒட்டிக்கொண்டு உயிர் வாழ்கிறது. என்னைப் பொருத்தவரை புற விஷயங்கள் என்று எதுவுமில்லை. என்னைத் தொந்தரவுக்கு உள்ளாக்கும் எல்லா விஷயங்களும் என்னுடையவையே. வெளிப்பரப்பு முழுவதையும் என் அந்தரங்கம் ஆக்கிரமித்திருக்கிறது. ஆகவே முயற்சிகளைத் தவிர்த்துவிட்டுக் சுபாவத்தோடு கவிதை வழி வெளிப்படுகிறேன்.

கவிதையின் அடிப்படை வடிவம் மனதுக்குள் உருவாகிவிட்டபின் எழுதுவது எளிது. கையில் இருக்கும் புத்தகப் பக்கம் ஒன்றிலோ கிடைக்கும் துண்டுச்சீட்டிலோ சட்டெனப் பதிவாக்கலாம். கணத்தில் நேரும் நிகழ்வு கவிதை. அதை உருவாக்கப்

பெரும் சிம்மாசனமோ யாருமற்ற அனாதி வெளி உலாவலோ எல்லாம் தவிர்த்த பெருநேரமோ அவசியமில்லை. போகிறபோக்கில் வந்துசேரும் அது. மர இலை உதிர்ந்து காற்று வெளியில் பயணித்து நிலம் சேர்வது மாதிரிதான் கவிப்பயணமும். எங்கே எவ்விதம் துளிர் உருவாகும், அது விங்கனமின்றி வளரும் விதம் எப்படி என்பதை அறிவது கடினம். அதே போலத்தான் பழுத்தபின் மரத்திலிருந்து உதிரும் கணமும். எப்போதும் தயாராக இருக்கும் நிலம்போல் கவிஞன். இவ்விதம் இயல்பாக நிகழ்வதாலேயே கவிதைத் தஞ்சம் எனக்குத் தேவைப்படுகிறது.

கவிதையைப் பிரசுரிக்கக் கொடுக்கும் மனநிலையிலிருந்து எப்போதோ விடுபட்டுவிட்டேன். அதனால் சில கவிதைகள் சூழல் சார்ந்து உடனடியாகப் பெற வேண்டிய கவனத்தை இழந்திருக்கின்றன. எனினும் பிரசுர அவசரம் இன்மையால் அடைக்கோழியாய்க் காத்திருக்கலாம். சிலவற்றை 'ஊளை' என்று ஒதுக்கவும் பொரித்த குஞ்சுகளை இளஞ்சூட்டோடு கையில் ஏந்திக் குதூகலிக்கவும் அவகாசம் கிடைக்கிறது. எங்கோ எழுதிவைத்து மறந்துபோன கவிதை தப்புக்குஞ்சாய்ச் சில சமயம் அகப்படுவதும் உண்டு. தப்புக்குஞ்சுக்கே உரிய இயல்போடு அது மளமளவென்று வளர்ந்து நிற்கும்.

இது எனது நான்காம் தொகுப்பு. 'நிகழ் உறவு' (1992), 'கோமுகி நதிக்கரைக் கூழாங்கல்' (2000) (இளமுருகு என்னும் பெயரில் வெளியானவை இவை), 'நீர் மிதக்கும் கண்கள்' (2005) ஆகியவற்றைத் தொடர்ந்து 'வெள்ளிசனிபுதன் ஞாயிறுவியாழன்செவ்வாய்.' ஒவ்வொரு தொகுப்புக்கும் இடையே நீண்ட இடைவெளி. தொடர்ந்து எழுதுகிறேன். அவற்றில் பெரும்பாலான வரிகள் முழுமையற்று என் மன அவஸ்தையை நீக்கும்பொருட்டாக மட்டுமே பயன்படுகின்றன. மேலும் கவிதையைத் தொடர்ந்து கற்பதற்கும் புரிந்துகொள்வதற்கும் இந்த இடைவெளி தேவைப்படுகிறது.

கவிதை கற்றல் எனக்குள்ளும் என் கவிதைகளிலும் மாற்றங்களை உண்டாக்கியிருப்பதை உணர்கிறேன். சங்க இலக்கியம் தொடங்கி நவீனக் கவிதை வரைக்குமான கற்றலில் கவிக்கோணம், செம்மையும் செறிவும் கொண்ட மொழி, தெளிவுதர மொழிதல், நவில்தொறும் புதுநயம் ஆகியவற்றிற்கு முதன்மை கொடுக்கும் அறிதலை அடைந்திருக்கிறேன். மரபான கவிதைகளில் திரும்பத்திரும்பப் பேசப்படும் கவிதைகளின் இயல்புகளைப் பற்றித் தொடர்ந்து சிந்திக்கும்போது இவை பிடிபடுகின்றன. அவ்விதமே என் கவிதைகளை ஆக்க வேண்டும் என்றும் விழைகிறேன்.

இத்தொகுப்பின் சில கவிதைகளை வெளியிட்டவை *இனிதுஇனிது, உயிர் எழுத்து, காலச்சுவடு, மணல்வீடு, மலைகள். காம்* ஆகிய இதழ்கள். சில கவிதைகளை என் இணையதளத்தில் பகிர்ந்திருக்கிறேன். வெளியானபோது பொருட்படுத்திக் கருத்துகள் தெரிவித்தோர் முகம் தெரிந்த நட்புகளும் குரல் வழி மட்டுமே பரிச்சயமான வாசக அன்புகளும் எனப் பலர். 'நீர் மிதக்கும் கண்கள்' தொகுப்பில் இருக்கும் 'சிருஷ்டி' கவிதையை மட்டும் துண்டறிக்கை போல ஆயிரக்கணக்கான படிகள் அச்சிட்டு விநியோகித்தார் ஒருவர்.

இத்தொகுப்புக்கு முன்னுரை பற்றி யோசித்துக்கொண்டிருந்த போது ராணிதிலக்கின் நினைவு வந்தது. என் கவிதைகளுக்குத் தொடர்வாசகரான அவர் என் மாணவர். எனினும் கவிதையைப் பொருத்தவரை எந்தச் சலுகையும் வழங்காமல் குருவைத் துதிக்கவும் நிந்திக்கவும் தயாராக இருப்பவர். அவர் முன்னுரை எழுதியதோடு தொகுப்பின் தலைப்பையும் பரிந்துரைத்தார்.

என் படைப்புகள் பிரசுரமாகத் தொடங்கிய காலம்முதல் இன்றுவரை அவற்றின் செம்மைக்கும் பார்வைக்கும் சுகுமாரனோடு அமைந்த நட்பு காரணமாக இருந்திருக்கிறது. இந்தத் தொகுப்பின் கவிதைகளையும் பார்வையிட்டதோடு பின்னட்டை வாசகத்தையும் எழுதிக் கொடுத்துள்ளார். எதையும் பகிர்ந்துகொள்ள வாகான நிறையன்பு சுகுமாரனுக்கு இத்தொகுப்பைச் சமர்ப்பித்துத் திருப்திகொள்கிறேன்.

என் செயல்களின் எல்லா அம்சங்களிலும் நீக்கமற நிறைந்திருப்போர் என் மனைவி எழிலரசியும் பிள்ளைகள் இளம்பிறையும் இளம்பரிதியும். அவர்களே என் முதல் வாசகர்கள், விமர்சகர்கள்.

என் நூல்களை வெளியிடுவதோடு பரவலாக எடுத்துச் செல்லவும் விரும்புபவர் நண்பர் கண்ணன். இதன் வெளியீட்டில் பங்காற்றியிருப்போர் ஷாலினி உள்ளிட்ட காலச்சுவடு பதிப்பக ஊழியர்கள்.

அனைவருக்கும் நன்றி.

திருமங்கலம் **பெருமாள்முருகன்**
18-11-12

தலைப்பகராதி

(கவிதையும் பக்க எண்ணும்)

2009 ஜனவரி 1 192
அசைவு விதிகளைத் தெளிவாக்குக. . . 96
அடுக்குமாடி அங்காடி 197
அந்தச் சொல் 179
அப்பாவின் வேலி 131
அப்போதிருந்து 119
அம்மாவின் ரேகை 156
அம்மாவுக்கு ஒன்றும் தெரியவில்லை 199
அரளி உதிர்த்த பூக்கள் 180
அழகின் முழுமை 66
அழைப்பு 114
அழைப்புப் பாடல் 213
அழையா வருகை 94
ஆகாயகங்கை எனும் கொல்லியருவி 172
ஆகாவழி 118
ஆதி 175
ஆறுதல் 67
இடப்பெயர்ச்சி 122
இதுதான் 40
இந்தச் சாலை 108
இப்போது 228
இரங்கற்பா 90
இரவு வானம் 212
இருந்தபடி 218
இறுக மூடிய விரல்கள் 121
இன்று பகல் 183
இன்னமும் நீ 69
இன்னுமொரு நிலவுப்பாடல் 139
ஈர இரவுகள் 189
உடைத்தெறிவோம் 56
உடைபடும் கணம் 145
உதவி 171
உதைபடல் 30
உயிர் கிளர்ந்த கணங்களில் 37
உயிர்ப்பாறை 88
உன் சொல் 210
உன்னறை 157
ஊழி வெள்ளம் 231
எஞ்சும் கண்ணிகள் 89
எதிரி 85
எதிரெதிர் 102
எது வசதி? 196
எழுதாத சொற்கள் 62
என் கோபம் 64
என் தவறுகள் 138
என் நாட்கள் 110
என் வீட்டுப் பூனை 71
எனது வீடு 107
என்றாலும் 28
எஜமானர் 215
ஏரி 205
ஏன் 93
ஒரு மின்னல் 162
ஒரு வாழ்க்கை 38
ஒருபோதும் மழை 186
ஒளிமூலம் 115
ஒற்றைப் பனை 120

கடவுளின் சவம்	178	சித்தாள் சேலை	211
கடவுளின் பீடம்	82	சிருஷ்டி	124
கடைசி ராமசாமி	140	சிறு அறை	188
கண்டடைதல்	137	சிறுபிசிறு	60
கண்ணாமூச்சி	158	சுடுகல்	149
கருணை	109	செந்நிறக் கண்கள்	127
கல் மலிந்த ஊர்	148	தற்கொலை முனை	195
கழிப்பறைகள் வாழ்க	193	தனக்குரியது	221
காட்டுச் செடி	181	தார்ச்சமாதி	103
கால் சொப்பும் புழுக்கள்	77	திகம்பரக் குளியல்	190
காலத்தின் சாட்சியங்கள்	53	தீ	230
காலில் விழும் கணம்	227	தீர்மானம்	23
காவு	26	தொங்கும் மூட்டைகள்	209
காளி	204	நடனம்	182
கிழமைகள் குழம்பும் வாரம்	223	நாக்குகள்	134
கீழும் மேலும்	200	நாகரிகம்	228
குட்டிப்பையன்	219	நாட்கள்	70
குழந்தைகளைத் தண்டித்தல்	128	நாற்காலி	143
கூடு பாய்தல்	99	நான்	153
கேட்பவன்	174	நிகழ் உறவு 1	34
கேள்விகள்	76	நிகழ் உறவு 2	35
கைகள்	151	நிகழ் உறவு 3	36
கொசுக்கள்	23	நிலம் தரும் மணம்	229
கொடிமாடச் செங்குன்று	84	நிலா நடக்கும் இரவொன்றில்	44
கொறை ஒழவு	50	நிறை நினைவு	72
கோமுகி நதிக்கரை கூழாங்கல்	86	நிறைமுகச் சாந்தம்	68
சந்திப்பு	49	நிஜம்	164
சந்நியாசி கரடு	225	நீர் மிதக்கும் கண்கள்	112
சருகு மூடிய மனம்	80	நீலப்படக் காட்சிகள்	191
சாமந்தியும் செவ்வந்தியும்	163	நேர்ச்சி	154
சாலை மரம்	113	படர்ந்த சுவடுகள்	32
சாலைகள்	177	படிவுகள்	55
சாலையறியாக் காலம்	92	பண்ணை வீடு	203

பதுங்கல்	63	மனு	101
பரிசாடை	130	மாடியறை ஜன்னல்	201
பல்லக்கு	173	மாறுதல்	59
பழக்கமற்ற தெரு	87	மிதக்கும் வெளி	232
பழங்குதிர்	224	மின்சாரமற்ற இரவு	91
பறத்தலின் ஆயுள்	167	மீனம்பட்டியின் மிச்சம்	29
பனைகள்	214	முலைகள்	117
பாதாள ரகசிய அறை	222	மொழி	216
பாதுகாவல்	202	மௌனம்	73
பாம்புச்சட்டை	226	யாராலும்	185
பிடி இறுகிக்கொண்டேயிருக்கிறது	184	யோசனைகள்	74
பிம்பங்களோடு நான்	21	ரகசியம் அறிந்தவன்	142
பிரபஞ்ச விரல்கள்	170	வண்ண நட்சத்திரங்கள்	168
புகழ் சேர்க்கும் ஊர்	194	வரலாம்	78
புகழ் மகுடம்	61	வருகை	97
புதிர்வழிப் பாதை	81	வரும் போகும்	79
புதையும் வாழ்க்கை	43	வழி	204
புனரமைப்பு	95	வழிப்பறி	133
பெருங்காற்றே	229	விசித்திர வடிவம்	198
பெருஞ்சுமை	141	விட்டுவிடு	75
பெருமூச்சு	146	விடுபடல்	150
பெருவேலை	176	விடைபெறல்	220
மகிழ்ச்சி	217	விதைப் பானை	147
மயானச் சாலை	100	விரல்கள்	126
மயானத்தில் நிற்கும் மரம்	135	விஷி நிழல்கள்	24
மரங்கொத்திகள்	169	வீட்டைத் தொலைத்தல்	159
மரணக்குழி	155	வெகுசில வார்த்தைகள்	111
மலங்காட்டுப் பனி	208	வெளிப்பாடு	47
மழை	160	வெளுப்புக்காரி	41
மழைக்கால இலை	65	வேம்பின் பாடல்	144
மழைக்காலத் தவளைகள்	98		
மழைக்காலத்து நிலா	161		
மழைச் சொற்கள்	152		